ரணஜித் குஹா நினைவாக
# சபால்டர்ன் ஆய்வுகள் குறித்த ஒரு மீள் மதிப்பீடு

ரணஜித் குஹா நினைவாக

# சபால்டர்ன் ஆய்வுகள் குறித்த ஒரு மீள் மதிப்பீடு

அ. மார்க்ஸ்

எழுத்து பிரசுரம்

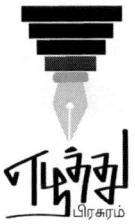

Title: Ranajith Guha: Subaltern Aayvugal Kuriththa Oru Meelmathippeedu
Author's Name: A. Marx
Copyright © A. Marx 2023
Published by Ezutthu Prachuram

All rights reserved. No part of this publication may be reproduced, stored in a retrieval system, or transmitted, in any form or by any means, electronic, mechanical, photocopying, recording, psychic, or otherwise, without the prior permission of the publishers.

Ezutthu Prachuram
(An imprint of Zero Degree Publishing)
No. 55(7), R Block, 6th Avenue,
Anna Nagar,
Chennai - 600 040

Website: www.zerodegreepublishing.com
E Mail id: zerodegreepublishing@gmail.com
Phone: 89250 61999

Ezutthu Prachuram First Edition: September 2023
ISBN: 978-93-95511-50-6
TITLE NO EP: 453

Rs. 90/-

Cover Design & Layout: Vijayan, Creative Studio
Printed at Clictoprint, Chennai, India

## பொருளடக்கம்

முன்னுரை ...................................................................................7

தொகுப்புரை ..............................................................................13

ரணஜித் குஹாவின் சபால்டர்ன் ஆய்வுகள்
ஒரு சுருக்கமான வரலாற்று அறிமுகம்...............................15

விளிம்புநிலை ஆய்வுகளும் அவற்றை எழுதுதலும்:
சுருக்கமான ஒரு அறிமுகம் ................................................25

வரலாற்றின் சின்னக் குரல்கள் -ரணஜித் குஹா
(சுருக்கப்பட்ட தமிழ் வடிவம்) .............................................50

ரணஜித் குஹா மற்றும் அவர் முன்வைத்த 'சபால்டர்ன்
ஆய்வுகள்' எனும் கருத்தாக்கம் அன்றும் இன்றும்
நிறைவாகச் சில குறிப்புகள் ................................................62

# முன்னுரை

*'நிறப்பிரிகை'* இதழை நாங்கள் தொடங்கிச் செயற்பட்டுக் கொண்டிருந்த காலத்தில் எங்களுக்கு ஆதர்சமாக இருந்த புதிய சிந்தனைகள், தத்துவங்கள், கோட்பாடுகள் ஆகியவற்றில், அன்று உலக அளவில் கவனத்தை ஈர்த்திருந்த Subaltern Studies என்பதற்கு ஒரு முக்கிய பங்குண்டு. Subaltern எனும் ஆங்கிலச் சொல்லுக்கு 'அடித்தளம்', 'கீழ்நிலை', 'இரண்டாம் தரமான' என்பன போன்ற பொருள்கள் உண்டு. ரணஜித் குஹாவின் "விவசாயக் கலவரங்களின் அடிப்படை அம்சங்கள்" (Elementary Aspects of Peasant Insurgency in Colonial India) எனும் நூலைத்தான் இது தொடர்பாக நாங்கள் முதலில் வாசித்தது. வழக்கமான வரலாறாக அமையாமல் அடித்தள மக்களிடமுள்ள, நாம் கவனிக்கத் தவறுகிற, பல்வேறு அம்சங்கள், வழமைகள் ஆகியன அங்கே புதிய கண்ணோட்டத்தினூடாக அணுகப்பட்டிருந்ததை நாங்கள் வரவேற்கத்தக்க ஒரு முக்கியமான அணுகல்முறையாக ஏற்றுக்கொண்டோம்.

'Subaltern Studies' – என்பதற்கு இவ்வாறு "அடித்தள நிலையில் உள்ள மக்கள் குறித்த ஆய்வுகள்" - எனப் பொருள்படும் 'விளிம்புநிலை ஆய்வுகள்' எனும் ஒரு சொல்லாக்கம் இப்படித்தான் இங்கே தமிழில் உருவாகியது.

இப்படி ஆக்ஸ்போர்டு பல்கலைக்கழகப் பதிப்பகம் இது தொடர்பாக வெளியிட்ட விளிம்புநிலை ஆய்வுகள் தொகுப்பின் ஏழு தொகுதிகள்வரை நாங்கள் அதைப் பின்தொடர்ந்தோம்.

தலித்தியச் சிந்தனைகள் தமிழகத்தில் மேலுக்கு வந்து கொண்டிருந்த காலம் அது. தலித்தியம் தொடர்பாகத் தொடக்க காலத்தில் இங்கு கட்டமைக்கப்பட்ட கோட்பாட்டு உருவாக்கத்தில் அடித்தள மக்கள் ஆய்வுகள் இப்படி ஒரு மிக முக்கிய பங்கு வகித்திருப்பதை அக்காலத்தில் (1990-கள்) எழுதப்பட்ட இதுதொடர்பான கட்டுரைகள், நடைபெற்ற விவாதங்கள் ஆகியவற்றைக் கவனிப்போர் இன்று உணரமுடியும். தலித்தியம் தொடர்பாக அன்று இவ்வகையில் உருவான கோட்பாடுகள், சிந்தனைகள், பார்வைகள் ஆகியன பின்னர் தலித் அறிவுஜீவிகளாலும் சில முக்கிய இயக்கங்களாலும் வெளிப்படையாகவும் அதிகாரபூர்வமாகவும் மறுக்கப்பட்டது வேறு கதை.

இது நிற்க. 'சபால்டர்ன் ஸ்டடிஸ்' எனப்படும் இந்த விளிம்பு நிலை ஆய்வுகளைத் தொடர்வோம்.

தெரிதா, ஃபூக்கோ, டெல்யூஸ், பாக்தின் முதலானோரின் சிந்தனைகளையும் எழுத்துகளையும் நாங்கள் எங்களுக்குத் தெரிந்தவரையும் முடிந்தவரையும் அறிமுகப்படுத்திக் கொண்டிருந்த அதே நேரத்தில் அடித்தள மக்கள் ஆய்வுகளை அறிமுகப்படுத்தி ஒரு விரிவான கருத்தரங்கம் நடத்த வேண்டுமென்பது எங்களின் திட்டங்களில் ஒன்றாக இருந்தது.

1996 நவம்பர் 16, 17 தேதிகளில் அதை நாங்கள் குடந்தையில் செயற்படுத்தியபோது, 'நிறப்பிரிகை'யில் ஒரு முக்கிய பிளவு ஏற்பட்டிருந்தது. அதை ஒட்டி எங்களின் இம் முயற்சி குறித்த சில ஐயங்களும் கருத்துகளும் பரப்பப்பட்டன. எனினும் நடைபெற்ற இரு நாள் கருத்தரங்குகளிலும் முன்வைக்கப்பட்ட கட்டுரைகள், மேற்கொள்ளப்பட்ட விவாதங்கள் ஆகியவற்றைக் கண்ணுற்ற அவர்கள், நிகழ்வின் இறுதியில் மனம் திறந்து பாராட்டிச் சென்றனர்.

சுமார் 200 பேர்கள் தமிழகத்தின் பல்வேறு பகுதிகளிலிருந்தும் வந்திருந்தனர். 'சபால்டர்ன் ஸ்டடிஸ்' அமைப்பிலிருந்து எம். எஸ்.எஸ் பாண்டியன் வந்திருந்து இரு நாட்களிலும் கலந்து கொண்டார். அவர் அப்போது ஏதும் அங்கு கருத்துகள் உரைக்காத போதும் அடுத்த சில மாதங்களில் கொல்கத்தாவில் நடைபெற்ற இது தொடர்பான கருத்தரங்கம் ஒன்றிற்கு, சென்னையிலிருந்து

நான் சபால்டர்ன் குழுவினரால் அழைக்கப்பட்டது இந்தப் பின்னணியில்தான்.

குடந்தையில் நாங்கள் ஏற்பாடு செய்திருந்த எளிய தங்குமிடங்களைப் பங்குபெற்ற அவர்கள் மகிழ்வோடு பகிர்ந்துகொண்டனர். எல்லாவற்றிற்கும் மேலாக உற்சாகத்துடன் விவாதங்களில் பங்கு பெற்றனர். எந்தவிதப் பெரிய பொருளாதாரப் பின்புலமும் வணிக நோக்கும் இல்லாமல் நடத்தப்பட்ட அந்த இரு நாள் கருத்தரங்கம் பற்றி இப்போது நினைத்தாலும் மலைப்பாக இருக்கிறது. அந்நிகழ்வை வெற்றிகரமாக நடத்தியதில் குடந்தையிலிருந்த என் அன்பிற்குரிய இளம் நண்பர் முத்தழகனுக்குப் (அ.முத்து) பெரும் பங்கு உண்டு. கருத்தரங்க வளாகத்தையும் தங்குமிடங்களையும் அவர் ஏற்பாடு செய்திருந்தார். இரண்டு நாட்களிலும் கூடவே இருந்து எல்லாவற்றையும் கவனித்துக்கொண்டார். அவர் இன்று நம்மோடு இல்லை என்பதை நினைக்கும்போது கண்கள் கலங்குகின்றன. கட்டுரை வாசித்த பெரும்பாலோர் போக்குவரத்துச் செலவுகளைக்கூடப் பெற்றுக்கொள்ள மறுத்துவிட்டதையும் இங்கு குறிப்பிட வேண்டும். இன்று நினைக்கும்போது நெஞ்சு நெகிழ்கிறது. எல்லாவற்றிற்கும் மேலாக அவர்கள் எல்லோரும் எழுத்துவடிவில் தங்கள் கட்டுரைகளைத் தந்துதவினர். பார்வையாளர்களாக வந்த பலரும் இறுதி அமர்வின்போது இந்த இரண்டு நாள் அமர்வுகளையும் குறித்து விரிவான மதிப்பீடுகளை முன்வைத்ததும் குறிப்பிடத்தக்கது.

அது ஒரு காலம். நிறப்பிரிகைக் காலம்.

வாசிக்கப்பட்ட கட்டுரைகள் மூன்று வகைப்பட்டவையாக இருந்தன. விளிம்புநிலை ஆய்வுகளை *(Subaltern Studies)* கோட்பாட்டு ரீதியாகவும் விமர்சனபூர்வமாகவும் அறிமுகப்படுத்தியவை முதல் வகை. இந்தக் கோட்பாடுகளின் அடிப்படையில் தமிழ்ச் சூழல் வகைப்பட்ட ஆய்வுகளை மேற்கொண்ட சில கட்டுரைகள் இரண்டாம் வகையின. தமிழ்க் கதையாடல்கள், நவீன புனைவுகள் ஆகியவற்றை விளிம்புநிலை மக்களின் பார்வையிலிருந்து பார்த்தவை மூன்றாம் வகையின. இம்மூன்று வகையிலும் அடங்காத பேராசிரியர் தொ.பரமசிவனின் கட்டுரை வைணவம் என்கிற

பெருங்கதையாடலுக்குள் விளிம்பு நிலையினரின் நியாயங்களைக் கொண்டு வருவதற்கு மனப்பூர்வமாக முயற்சித்த மேட்டிமைச் சக்திகளின் தோல்வியைச் சொல்லியது. அவரும் இன்று நம்மோடு இல்லை.

பல ஆண்டுகட்குப் பின் இக்கட்டுரைகளைப் படிக்கும்போது இன்றளவும் இவை முக்கியமானவையாகவே உள்ளன. இக்கட்டுரையாசிரியர்கள் அனைவரும் தத்தம் கட்டுரையை மீண்டும் இன்று எழுத நேர்ந்திருந்தால் ஒருவேளை சில சொற்பிரயோகங்களைத் தவிர்த்திருக்கக் கூடும். இடைப்பட்ட கால இடைவெளியில் இப்படியானவற்றை எழுத பல நல்ல சொல்லாக்கங்கள் இப்போது உருவாகியுள்ளன.

சரி விளிம்புநிலை ஆய்வுகளின் (Subaltern Studies) இன்றைய நிலை என்ன?

கொஞ்சம் கொஞ்சமாக அவை கவர்ச்சியை இழந்து கிட்டத்தட்ட இன்று முடிவுக்கு வந்துவிட்டதென்றே சொல்லலாம். இவ்வாய்வு முறையின் கடைசிக் கொழுந்துகளாக இணைந்த எம்.எஸ்.எஸ். பாண்டியன், ஆதித்த நிகாம், நிவேதிதா மேனன் முதலானோர் ஒத்த கருத்துடைய பிற சில தென்னாசிய அறிவுஜீவிகளுடன் இணைந்து Fourth Nation என்றொரு நெறிமுறையை முயற்சித்தனர். எனினும் அதுவும் பெரிய அளவில் செயல்படவில்லை.

சபால்டர்ன் அணுகல்முறை பெரிய அளவில் கவனத்திற்கு உள்ளானபோதே அதன்மீது காயத்ரி ஸ்பிவக் போன்றோரால் அது விமர்சனத்திற்கும் உள்ளாகியது. அவை குறித்தும் மிகச் சுருக்கமாகச் சில குறிப்புகள் இதில் உண்டு.

தேசிய வரலாறெழுதியல் முறையைக் கேள்விக்குள்ளாக்கி, தேசியம் எனப் புரிந்துகொள்ளப்படும் வரையறை என்பது அதற்குள் உள்ளடக்கப்படுகிற சிதறல்கள் (Fragments) மீதானவைகளுக்கு உரிய முக்கியத்துவம் அளிக்கப்படாத வகையில் அது அவர்கள் மீதான கொடு வன்முறையாகவே அமையும் என்பதை விளிம்புநிலை ஆய்வு இவ்வாறு நிறுவியது. அந்த வகையில் அடித்தள மக்கள் ஆய்வு முறை அதன் குறிக்கோளை ஒரு வகையில் எட்டிவிட்டதென்றே சொல்லலாம்.

இவர்கள் தேசிய அணுகல் முறைமீது முன்வைத்த விமர்சனம் இன்று வேறெப்போதைக் காட்டிலும் நடைமுறை அரசியலளவிலும் முக்கியத்துவம் பெற்றுள்ளது. தேசியத்திற்குள் அடக்கப்படும் பல்வேறு உள் அடையாளங்களுக்கு உரிய நியாயம் வழங்காவிட்டால் அது முன்னெடுத்துச் செல்லப்படுவதற்கான சாத்தியம் குறைவு என்பதற்கு இன்று ஏராளமான எடுத்துக்காட்டுகளைச் சுட்டிக்காட்டலாம்,

கருத்தரங்கில் பலரும் கட்டுரைகளாகவே எழுதி வாசித்தனர். மற்றவர்களும் தாமதமின்றித் தம் கருத்துகளை எழுதி அனுப்பினர். எல்லோருக்கும் மீண்டும் ஒரு முறை நன்றிகள். நூலைத் தொகுத்து முன்னுரை எல்லாம் எழுதிய பின்னுங்கூட வெளியீட்டு முயற்சிக்குச் சில தடைகள் ஏற்பட்டன. வாக்களித்திருந்த ஒரு பதிப்பகம் கடைசி நேரத்தில் கைவிரித்தது. மனம் சோர்ந்திருந்த அந்நேரத்தில் பேராசிரியை விஜி தொகுப்பை வெளியிடுவதற்கான முழு நிதிச் சுமையையும் ஏற்றுக் கொண்டார். சரவணபாலு சந்திரசேகரன் அச்சு உதவிகளைச் செய்தார். இவர்கள் எல்லோருக்கும் என் நன்றிகள்.

நூலக ஆணைக்கு விண்ணப்பித்தல், முறையான விநியோகம் ஆகியனவெல்லாம் இல்லாமலேயே தன்னிச்சையாகவே ஆயிரம் பிரதிகள் ஒரு சில ஆண்டுகளில் விற்பனையாயின. எஞ்சியிருந்த 200 பிரதிகளை மட்டுமே ஒரு வெளியீட்டகத்திடம் விற்பனைக்காகக் கொடுத்தோம்.

கடந்த சில ஆண்டுகளில் தமிழகப் பல்கலைக்கழகங்கள் சிலவற்றில் இந்நூல் பாடமாக வைக்கப்பட்டதை அடுத்து, கடைகளில் புத்தகம் இல்லை என்ன செய்வது என மாணவர்களும் ஆசிரியர்கள் சிலரும் என்னை அணுகியபோது, ஒன்றிரண்டு பிரதிகளை யாரிடமாவது பெற்று அனுப்பி நகல் எடுத்துப் படித்துக்கொள்ளுங்கள் என்று மட்டுமே சொல்ல முடிந்தது. சிலருக்கு அதையும் செய்ய இயலவில்லை. இந்நிலையில் 2010 இல் என் நூற்களை அப்போது வெளியிட்டுக் கொண்டிருந்த எனது இன்னொரு இளம் நண்பர் புலம் லோகநாதன் இதை மீண்டும் வெளியிட முன்வந்தார்.

இந்நூலின் முதற் பதிப்பு ‘இக்கட்டான தருணங்களில் துணை நின்ற இனிய நண்பர் அ. முத்துவுக்கு’ காணிக்கையாக்கப்பட்டது.

'விளிம்புநிலை ஆய்வுகள்' கருத்தரங்கு தவிர, தமிழ் வெகுஜன சினிமா தொடர்பான இரு நாள் கருத்தரங்கம், அரங்க இயக்குநர் தாசீசியஸ் குழுவினர் தமிழகச் சுற்றுப் பயணம் மேற்கொண்டபோது குடந்தையில் நிகழ்ச்சி ஏற்பாடு செய்தது முதலிய நிகழ்வுகளிலும் தனிப்பட்ட வகையிலும் எனது பல இக்கட்டான தருணங்களில் துணைநின்ற என் முத்து இப்போது இல்லை. ஒரு வணிகராக இருந்தும் காவல்துறை கெடுபிடிகளையும் தாண்டி நின்று இந்த உதவிகளைச் செய்த முத்து இப்போது உயிருடன் இல்லை. என் நூற்கள் அனைத்திற்கும் முதல் வாசகராக இருந்த முத்து, இந்த இரண்டாம் பதிப்பைக் கையிலேந்துவதற்கு இல்லை. தமது 39வது அகவையில் மரித்த அவரது நினைவுகளுக்கு இந்நூல் சமர்ப்பணம்.

அ. மார்க்ஸ்,
ஜூலை 7, 2009
கும்பகோணம்

# தொகுப்புரை

இதுவரை 'விளிம்புநிலை ஆய்வுகளும் தமிழ்க் கதையாடல்களும்' எனும் எங்களின் தொகுப்பு இரண்டுமுறை வெளிவந்துள்ளது. முதல் தொகுப்பு 1998இல் வெளிவந்தது. 2009இல் இதன் இரண்டாம் தொகுப்பு வெளிவந்தபோது முதல் தொகுப்பில் உள்ள ஒரு கட்டுரை மட்டும் அதனை எழுதியவர் கேட்டுக்கொண்டதற்கிணங்க நீக்கப்பட்டது. அதே நேரத்தில் இரண்டாம் பதிப்பிற்கான ஒரு புதிய முன்னுரையும், 'விளிம்புநிலை ஆய்வுகளும் எழுதுதலும்: சுருக்கமான அறிமுகம்' எனும் என்னுடைய கட்டுரை (16 பக்கங்கள்) ஒன்றும் அதில் புதிதாகச் சேர்க்கப்பட்டன. தவிரவும் ரணஜித் குஹாவின் 'வரலாற்றின் சின்னக் குரல்' (The Small Voice of History) எனும் அவரது கட்டுரையும் சற்றே சுருக்கப்பட்டு, 10 பக்கங்களில் மொழியாக்கப்பட்டு இணைக்கப்பட்டது.

இன்று நீங்கள் கைகளில் ஏந்தியுள்ள இந்நூல் ரணஜித் குஹா அவர்களின் மரணத்தை ஒட்டிய ஒரு நினைவுக் கை ஏடாக இப்போது வெளியிடப்படுகிறது.

தலித் அரசியல், தலித் இலக்கியம் முதலியன தமிழ்ச் சூழலில் வேர் பாய்ச்சத் தொடங்கியிருந்த காலத்தில் இம் முயற்சிகளுக்குத் துணையான அறிவுத்துறை சார்ந்த செயல்பாடுகளைத் தமிழில் அறிமுகம் செய்வதென்பது 'நிறப்பிரிகை' இன் அன்றைய

நோக்கங்களில் ஒன்றாக இருந்தது. அடித்தட்டு மக்கள் ஆய்வுகள் (Subaltern Studies), கருப்பு இலக்கியம், கருப்பு அரசியல் தொடர்பான பிரதிகள் ஆகியவற்றை அறிமுகப்படுத்துவது பற்றி நாங்கள் அப்போது தொடர்ந்து பேசி வந்தோம். 'நிறப்பிரிகை'யின் முதல் வெளியீடாகிய 'தலித் அரசியல்' (1994) அறிக்கையின் முன்னுரையிலும் வேறு சில சந்தர்ப்பங்களிலும் இதைக் குறிப்பிட்டிருந்தோம்.

அடித்தள மக்கள் மத்தியில் உள்ள குடி முதலான பழக்க வழக்கங்கள், நமது சட்டங்களால் 'குற்றமாக' வரையறுக்கப்பட்ட இதர செயல்பாடுகள், முதலியவற்றை நாம் எவ்வாறு பார்ப்பது என்பது குறித்த விவாதங்கள் இங்கே எழுந்தபோதும் எங்களுக்கு உடனடியாக நினைவுக்கு வந்தது அடித்தள மக்கள் ஆய்வுகள் தான். அடித்தள மக்களின் எழுச்சிக் கட்டங்களில் 'வதந்தி' என்பது கூட எப்படி ஒரு செய்தி பரப்பும் ஊடகமாகச் செயற்பட்டது என்பது பற்றி ரணஜித் குஹா தனது புகழ்பெற்ற 'விவசாயக் கலகங்களின் அடிப்படை அம்சங்கள்' நூலில் குறிப்பிட்டுள்ளது குறிப்பிடத்தக்கது. இத்தகைய சந்தர்ப்பங்களில் அரசு எப்போதுமே 'வதந்திகளை நம்பாதீர்கள்' எனப் பரப்புரை செய்வதிலிருந்தே இது ஏதோ அரசுக்கு எதிரான நடைமுறையாகத்தான் இருக்க வேண்டும் என்பது உறுதிப்படுகிறது. இந்த மாதிரியான மாற்றுப் பார்வைகளையெல்லாம் தமிழில் எழுதுகிற இளைஞர்களுக்கு அறிமுகப்படுத்துவது பயனளிக்கும் என நாங்கள் நம்பினோம்.

இந்த நோக்கில் 'விளிம்புநிலை ஆய்வுகளும் தமிழ் எழுத்துக்களும்' என்கிற தலைப்பில் 'நிறப்பிரிகை'யின் சார்பாக நூற்றுக்கும் மேற்பட்ட இளம் தமிழ் எழுத்தாளர்கள் பங்குபெற்ற இந்த ஆய்வரங்கம் சென்ற 1996 நவம்பர் 16, 17 தேதிகளில் நடைபெற்றது. கல்வியாளர்களுக்குள் முடங்கிக் கிடந்த அடித்தள மக்கள் ஆய்வை கல்வியாளர்களுக்கும் களப்பணியாளர்களுக்கும் எழுத்தாளர்களுக்கும் இடையேயான உரையாடலாக, மாற்றுவதற்கு நாங்கள் முயற்சித்தோம்.

நிகழ்வில் பன்னிரண்டு கட்டுரைகள் வாசிக்கப்பட்டு விவாதிக்கப் பட்டன. பின் அவை நூலாகவும் இரு பதிப்புகள் வந்ததை முன்பே குறிப்பிட்டுள்ளேன்.

# ரணஜித் குஹாவின் சபால்டர்ன் ஆய்வுகள்
ஒரு சுருக்கமான வரலாற்று அறிமுகம்

## ஒன்று

*கா*லனிய இந்திய வரலாற்றாய்வாளர் என இப்போது அறியப்படுபவரும் சமீபத்தில் மறைந்தவருமான ரணஜித் குஹாவால் (மே 23, 1923 – ஏப் 28, 1923) இந்தியச் சூழலுக்குப் பொருத்தமானது என உருவாக்கப்பட்ட ஒரு வரலாற்று முறைதான் இந்த 'சபால்டர்ன் ஆய்வுகள்' (Subaltern Studies). 'விளிம்புநிலை ஆய்வுகள்' என அப்போது 'நிறப்பிரிகை' இதழால் முன்வைக்கப்பட்ட அந்தத் தொகுப்புகள் 1982 – 2005 காலகட்டத்தில் 12 தொகுதிகள் அடுத்தடுத்து வெளிவந்தன. இதன் முதல் ஆறு தொகுதிகள் இந்த ஆய்வு முறையின் மூல முன்னோடியாகிய ரணஜித் குஹா அவர்களால் தொகுக்கப்பட்டன. அதன்பின் அவர் அதில் பங்குபெறவில்லை. மற்றவை இக்குழுவில் இருந்து தொடர்ந்து செயல்பட்ட பிற ஆய்வாளர்களால் தொகுக்கப்பட்டன. இவர்களில் பலரும் குஹாவால் உருவாக்கப்பட்டவர்கள் என்பது குறிப்பிடத்தக்கது. இருபதாம் நூற்றாண்டின் இறுதிக் காலகட்டத்தில்

உருவான ஒரு முக்கிய ஆய்வு நோக்கு என ஏற்றுக் கொள்ளப்பட்ட ஒரு முயற்சியாக இன்று இந்த ஆய்வுமுறை அறியப்படுகிறது.

'கீழிருந்து அணுகப்பட்ட வரலாறு' (*History from Below*) என இன்று இந்த அணுகல்முறை முன்வைக்கப்படுகிறது. இடைக் காலத்தில் உருவான அமைப்பியல் (*Structuralism*), பின் அமைப்பியல் (*Post Structuralism*), காலனியத்துக்குப் பிந்தியக் கோட்பாடு (*Postcolonial Theory*) ஆகியவற்றின் வளம் மிக்க கூறுகளை உள்வாங்கிச் சிறப்புற்ற ஒரு ஆய்வு முறையாக இன்று இது கருதப்படுகிறது. பெரிய அளவில் இக் காலகட்டத்தில் அக்கால இளைஞர்களாகிய எங்களைப் போன்றவர்களை ஈர்த்த இந்த ஆய்வு முறையை இக் காலகட்டத்தின் முக்கிய சிந்தனையாளர்களில் ஒருவராக அறியப்பட்ட எட்வர்ட் சைத் (*Edward Said*) பாராட்டி ஏற்றுக் கொண்டதும் இங்கே குறிப்பிடத்தக்கது.

எனினும் கீழிருந்து அணுகப்படும் வரலாறு என்பது முதலான சபால்டர்ன் குழுவினரின் கருத்தாக்கங்களைக் காலனியத்திற்குப் பிந்திய கோட்பாட்டாளர் (*Postcolonial Theorist*) என அறியப்படும் காயத்ரி ஸ்பிவக் அதன் தொடக்கம் முதல் ஏற்கவில்லை. டிபேஷ் சக்கரவர்த்தி, தொடக்கத்தில் ஆதரித்தபோதிலும் சபால்டர்ன் குழுவில் இருந்து பின்னர் விலகி அதை விமர்சித்தார். சுமித் சர்கார் முதலான ஆய்வாளர்களும் இதைக் கடுமையாக விமர்சித்து எதிர்த்து விரிவாக எழுதி வந்ததும் இங்கு குறிப்பிடப்பட வேண்டிய ஒன்று. மார்க்சியச் சிந்தனையாளர்களும் இந்த அணுகல் முறையை ஏற்காது விமர்சித்து முன்வைத்த விவாதங்களும் உண்டு. குஹாவின் மரணத்தை ஒட்டியும் கூட திலிப் மண்டல் (*Down to Earth*) போன்றோர் சாதி, தீண்டாமைப் பிரச்சினைகளுக்கு சபால்டர்ன் குழுவினர் உரிய முக்கியத்துவம் அளிக்கவில்லை எனக் கூறியவையும் தற்போது ஊடகங்களில் வந்துள்ளன.

இந்தப் பின்னணிகளின் ஊடாக ஒரு வகையில் இப்படியான விமர்சனங்கள் ஒரு பக்கம் இருந்த போதிலும் இன்னொரு பக்கம் கீழிருந்து மேற்கொள்ளப்படும் இந்த ஆய்வியல் நோக்கை ஏற்பதன் ஊடாக, சென்ற நூற்றாண்டின் இறுதிப் பகுதி மற்றும் இந்த நூற்றாண்டின் தொடக்கம் ஆகியவற்றில் கவனத்தை ஈர்த்த

ஒரு முக்கிய ஆய்வு முயற்சியாகவும் சபால்டர்ன் ஆய்வுகள் விளங்கின. இன்னொருபக்கம் முன்கூறியவாறு இதை அத்தனை முக்கியமற்றதாகவும், வரலாற்றைச் சற்றே பின்நோக்கித் தள்ளக் கூடியதாகவும் எதிர்ப்புகளும் இருந்தபோதும் மைய நீரோட்ட அணுகல் முறைகளின் வழமையான போக்குகளுக்குள் முடங்காமல் தமக்கே உரித்தான தனித்துவமான அணுகல் முறையின் ஊடாக இப்படி அடித்தள மக்கள் மைய நீரோட்டத்திலிருந்து விலகிச் செயல்பட்ட வரலாறுகளை அன்றைய நிறப்பிரிகைக் குழுவினரான நாங்கள் ‘விளிம்புநிலை (மக்களின்) அணுகல்முறை’ எனவும் இவற்றின் ஊடான ஆய்வுகளை ‘விளிம்புநிலை ஆய்வுகள்’ எனவும் முன்வைத்து அணுகியபோது, அதற்கு அப்போது தமிழ்ச்சூழலில் கணிசமான ஆதரவு இருந்ததை இந்த வரலாறை ஆய்வோர் விளங்கிக் கொள்ள முடியும். விளிம்புநிலை ஆய்வுகள் தொடர்பான நிறப்பிரிகையின் ‘விளிம்புநிலை ஆய்வுகளும் தமிழ்க் கதையாடல்களும்’ எனும் இரண்டு நாள் கருத்தரங்கமும் (டிசம்பர் 1998, கும்பகோணம்), அப்போது வெளியிடப்பட்ட இதே தலைப்பிலான கட்டுரைத் தொகுப்பு (186 பக்கங்கள்) முதலியன சான்றுகள்...

நிலப்பிரபுத்துவம் கோலோச்சுகிற கிழக்கு வங்கத்தில் மிகவும் வசதியான ஒரு உயர் வகுப்பு நிலப்பிரபுத்துவக் குடும்பத்தில் பிறந்தவர் ரணஜித் குஹா. அன்று ஒன்றாக இருந்த கம்யூனிஸ்ட் கட்சியில் (1940களில்), தமது இளமைப் பருவத்திலேயே இணைந்து செயல்படுகிறார் குஹா. சுதந்திரத்திற்குப் பிந்திய இந்தத் தொடக்க காலங்களில் இப்படி அன்றைய சி.பி.ஐ கட்சியில் இருந்து செயல்பட்ட அவர், 1945 இல் அக்கட்சியின் இளைஞர் அமைப்பின் சார்பாக லண்டனில் நடைபெற்ற மாநாடு ஒன்றில் கலந்துகொள்ள ஐரோப்பா அனுப்பப்படுகிறார். கம்யூனிசம் உலகளவில் தலைநிமிர்ந்து நின்ற காலம் அது. 1953இல் சீனமும் கம்யூனிஸ்ட்களின் ஆட்சியின் கீழ் வருகிறது. இப்படியான பின்னணியில் உலகளவில் முக்கிய கல்வி நிறுவனங்களான சஸ்செக்ஸ், மான்செஸ்டர் ஆகியவற்றில் பங்கேற்கும் வாய்ப்பும் குஹாவுக்குக் கிடைக்கிறது. கம்யூனிசச் சிந்தனைகளும் அவை சார்ந்த நம்பிக்கைகளும் மிகுந்திருந்த காலம் அது என்பதோடு

நாம் இவற்றைப் புரிந்துகொள்ள வேண்டும்.

1953இல் இந்தியா திரும்பிய குஹா அடுத்தடுத்த காலகட்டங்களில் கம்யூனிஸ்ட் கட்சியின் அணுகல் முறைகளில் சில முக்கிய கருத்து மாறுபாடுகள் கொள்ளத் தொடங்கியதை அவரது வரலாற்றின் ஊடாக நாம் புரிந்துகொள்கிறோம். 1956இல் பெரிய அளவில் விவசாயச் சமூகமாக அன்று உருப்பெற்றிருந்த ஹங்கேரியின் மீது கம்யூனிஸ்ட் ருஷ்யா படை எடுத்தபோது, கம்யூனிஸ்ட் கட்சியிலிருந்து குஹா அதைக் கண்டித்து விலகுகிறார். பின் இறுதிவரை அவர் கம்யூனிஸ்ட் கட்சிகளின் எந்தப் பிரிவிலும் இணைந்து செயல்படவில்லை. இந்தப் பின்னணியில்தான் 'சபால்டர்ன் ஆய்வுகள்' (Subaltern Histories)' எனும் கருத்தாக்கத்தை ரணஜித் குஹா வந்தடைகிறார்.

தமது இளமைக் காலத்தில் சிறைக் கொட்டடியில் சாகும்வரை ஃபாசிச முசோலினி அரசால் சிறைபட்டுக் கிடந்த அந்தோனியோ கிராம்சியின் கருத்துக்களால் ஈர்க்கப்பட்டு இருந்தவராகவும் இக் காலகட்டத்தில் குஹாவை நாம் காண்கிறோம். காலனியத்தின் இறுதிக் கட்டம் அது. பெரிய அளவில் இந்தியா அன்று ஒரு விவசாயச் சமூகமாகவே தொடர்ந்த காலமும் கூட. இப்படியான பின்னணியில்தான் ரணஜித் குஹாவின் 'கீழிருந்து வரலாற்றை அணுகுதல்' (History from Below) எனும் கருத்தாக்கம் முகிழ்க்கிறது. இதனூடாக இந்தியச் சூழலில் விவசாயத்திற்கும் அது தொடர்பான பிரச்சினைகளுக்கும் முக்கியத்துவம் அளிப்பதற்கு கம்யூனிஸ்ட் அமைப்புகள் உரிய இடம் அளிக்க வேண்டும் என்கிற கருத்தை முன்வைக்கிறார் குஹா. எனினும் அக் காலகட்டத்தில் அன்றைய இந்தியக் கம்யூனிஸ்ட் கட்சியின் பார்வை அதற்குச் சாதகமாக இல்லை.

இப்படியான ஒரு பின்னணியில் அன்று முக்கிய எதிர்க் கட்சியாக இருந்த இந்தியக் கம்யூனிஸ்ட் கட்சியிலிருந்து விலகி உருவாக்கிய ரணஜித் குஹாவின் 'சபால்டர்ன் ஆய்வுகள்' (Subaltern Studies) எனும் கருத்தாக்கம், வரலாற்று எழுதியலில் ஒரு புதிய திருப்பமாக உருவானதன் சுருக்கமான பின்னணி இது. மார்க்சியச் சிந்தனையாளரான அந்தோனியோ கிராம்சியின் (1981-1937)

கருத்தாக்கத்தை இந்தியச் சூழலுக்குப் பொருத்திப் பார்த்த ஒரு முக்கிய முயற்சியாகப் பின் அது அமைந்தது. தொழில்துறை முதலாளியம் என்பதற்கு அப்பால் இப்படித் தொழில்துறை முதலாளியத்திலிருந்து பல்வேறு அம்சங்களிலும் முழுமையாக வேறுபட்டுள்ள விவசாயப் பிரச்சினைகளை அவற்றுக்குரிய தனித்துவத்துடன் அணுக வேண்டும் என்பது இதன் அடிப்படையாக முன்வைக்கப்பட்டது. வர்க்க அடிப்படையில் மட்டுமின்றி பாலியல், இனம், மதம்... இப்படி எந்த அடிப்படையிலுமான ஒதுக்கல்களுக்கும் வாய்ப்பில்லாத ஒரு அணுகல் முறையை இது குறிக்கிறது.

சபால்டர்ன் ஆய்வுக் குழுவின் முதல் ஆறு ஆய்வுக் கட்டுரைகளும் ரணஜித் குஹாவின் நேரடிப் பார்வையில் வெளிவந்தன. தொடர்ந்து சபால்டர்ன் ஆய்வுகள் அடுத்த சில ஆண்டுகள் வெளிவந்து கொண்டிருந்தபோது அவற்றில் குஹாவின் நேரடியான பங்கு ஏதும் இல்லை. எனினும் 2005 வரை, சற்றே நீண்ட இடைவெளிகள் ஆனாலும், அக்குழுவில் தொடர்ந்து செயல்பட்டோரால் சபால்டர்ன் ஆய்வுத் தொகுதிகள் தொடர்ந்து வெளிவந்தன.

சபால்டர்ன் ஆய்வுகளின் முதல் ஆறு தொகுப்புகளும் 1982, 83, 84, 85, 87, 89 ஆகிய காலகட்டங்களில் ரணஜித் குஹா அவர்களின் பொறுப்பில் வெளிவந்தன. அதன்பின்னர் அவர் அதிலிருந்து விலகிக் கொண்டதை ஒட்டி அடுத்த ஆறு தொகுப்புகளும் குஹாவின் இந்த அணுகல் முறையை முழுமையாக ஏற்றுக் கொண்ட இதர சபால்டர்ன் குழுவினரால் கீழ்க்கண்டவாறு வெளியிடப்பட்டன.

7ஆம் தொகுதி: 1993 - பார்த்தா சட்டர்ஜி மற்றும் ஞானேந்திர பாண்டே,

8ஆம் தொகுதி: 1994 - டேவிட் ஆர்னால்ட் மற்றும் டேவிட் ஹார்டிமன்,

9ஆம் தொகுதி: 1996 – ஷஹ்ஹிட் அமின், டிபேஷ் சக்கரவர்த்தி,

10ஆம் தொகுதி: 1999 - கவுதம் பத்ரா, க்யான் பிரகாஷ், சுசிதாரு,

11ஆம் தொகுதி: 2000 - பார்த்தா சட்டர்ஜி, பிரதீப் ஜெகநாதன்,

*12ஆம் தொகுதி: 2005 – ஷாகில் மாயாராம், எம்.எஸ்.எஸ் பாண்டியன், அஜய் ஸகாரியா.*

இதற்கு முந்திய தொடக்க கால முதல் ஐந்து தொகுதிகளும் ரணஜித் குஹா அவர்களால் தொகுக்கப்பட்டன என்பதை அறிவோம். தொடர்ந்து வெளிப்பட்ட இம் முயற்சிகள் சீரான கால இடைவெளிகளில் வரவில்லை என்பதையும் காண்கிறோம். படிப்படியாக இடைவெளி அதிகமாகி இறுதியில் வரலாற்று முக்கியத்துவம் வாய்ந்த இம்முயற்சி முடிவுற்றது.

## இரண்டு

அந்தோனியோ கிராம்சியால் ஈர்க்கப்பட்டவர் ரணஜித் குஹா என்பதை அறிவோம். கிராம்சியின் இத்தாலி பெரிய அளவில் ஒரு விவசாயச் சமூகமாகவே அன்று இருந்தது. மார்க்சைப் பொறுத்தமட்டில் அப்போது அவரது கவனம் தொழிற்துறைத் தொழிலாளி வர்க்கமாகவே இருந்த நிலையில் பெரிய அளவில் அரசியல் பிரக்ஞையற்ற ஒரு குழுமமாகவே அன்றைய விவசாயச் சமூகங்களைக் கார்ல் மார்க்ஸ் கண்டார் என்கிற கருத்து அப்போது சபால்டர்ன் குழுவினருக்கு இருந்தது. கிராம்சி பிறந்த சர்தீனியா எனும் இத்தாலியப் பகுதி, தொழில் சார்ந்த தொழிலாளிகள் இல்லாத ஒரு பகுதியாக இருந்ததும் அவரது இதுதொடர்பான அணுகல்முறையில் கருதத்தக்க ஒன்று. அன்று உருவாகி இருந்த நவீன தொழிலாளி வர்க்கங்கள் மீதான சுரண்டல்கள் மற்றும் ஒடுக்குமுறைகள் ஆகியவற்றிலேயே மார்க்ஸ் அப்போது அதிக கவனம் செலுத்தியதால் அதை குஹா பெரிய அளவில் ஏற்கவில்லை. அந்த வகையில் ‘சபால்டர்ன்’ எனும் கருத்தாக்கத்தை கிராம்சி தேர்வு செய்ததையும் நாம் இந்தக் கோணத்தில் புரிந்து கொள்வது அவசியம். அன்று பெரிய அளவில் உலகளவில் உருவாகத் தொடங்கி இருந்த நவீன முதலாளியச் சுரண்டலை எதிர்கொள்வதிலேயே அன்று மார்க்சியம் கூடுதல் கவனம் குவிந்திருந்தது.

*1967 – 70* களில் இந்திய மண்ணில் உருப்பெற்றிருந்த ஆயுதம் தாங்கிய புரட்சிகர நக்சல்பாரி இயக்கம் (Naxalism / Maoism) தொடக்கத்தில் கிராம்சியின் மேற்கு வங்கத்தில் உருப்பெற்று, பின் இந்தியத் துணைக் கண்டத்தின், தமிழகம் உள்ளிட்ட, பல்வேறு பகுதிகளிலும் வேர் பதித்திருந்த போதிலும் அதுவும் இங்கு அரசு பயங்கரவாதத்தின் துணையோடு கொடூரமாக ஒடுக்கப்பட்டதை அறிவோம். ஆயுதப் போராட்டம் எனும் கருத்தாக்கத்தைக் கைவிட்டு இயங்கிய இந்திய கம்யூனிஸ்ட் கட்சிகள் அன்றைய ஆயுதப் போராட்டங்களில் இருந்து முற்றிலும் விலகி இருந்தது மட்டும் இன்றி, இப்படியான ஒரு பின்னணியில் இரு சாராரும் ஒருவருக்கொருவர் முற்றிலும் எதிர் எதிராகவும் இருந்ததையும் அறிவோம்.

*1970 -71* இல் ஆய்வு ஒன்றிற்காக இந்தியாவில் இருந்த ரணஜித் குஹா ஏராளமான இளம் நக்சலைட்களைச் சந்தித்தார். அவர்களின் கொள்கைப் பற்று குஹாவை வியக்க வைத்தது எனப் பதிவுகள் உள்ளன. விவசாயிகள் குறித்த ஆய்வில் குஹாவின் கவனம் குவிவதில் இந்தச் சந்திப்புகள் முக்கிய பங்கு வகித்தன என அவரது வரலாற்றை ஆய்பவர்கள் குறிப்பிடுகின்றனர். Elementary Aspects of Peasant Insurgency என்கிற ‘விவசாயிகளின் எழுச்சி’ குறித்த நூல்தான் குஹாவின் முக்கிய ஆய்வு நூல் என இன்று அறியப்படுகிறது. காலனிய இந்தியாவில் வெகுமக்கள் எதிர்ப்புகளில் ஏற்பட்ட ஒரு திருப்பம் என்பதாக இத்தகைய போக்கை ஆய்வாளர்கள் குறிப்பிடுவதும் கருதத்தக்கது. சஸ்செக்ஸ், லண்டன், ஆக்ஸ்ஃபோர்ட் முதலான மையங்களில் குஹாவை மையமாகக் கொண்டு விரிவான விவாதங்கள் அப்போது நிகழ்ந்தன.

அடித்தள மக்கள் குழுமத்தின் இந்த எதிர்ப்பு (Resistance) என்பது ஒரே நேரத்தில் உள்ளூர் நில உடைமையாளர்கள், வட்டிக்கு விடுவோர், முதலாளிய சக்திகள் உள்ளிட்டோரின் கொடுமைகளையும், இன்னொரு பக்கம் காலனிய அதிகாரத்தையும் ஒருசேர எதிர்த்து நிற்பதாக இருந்தது என்பது சபால்டர்ன் குழுவினரின் கருத்தாக அப்போது இருந்தது. வட்டிக் கடைக்காரர்கள் ஒரே நேரத்தில் வட்டிக் கொள்ளை

அடிப்பவர்களாகவும் இன்னொருபக்கம் சுதந்திரப் போராட்டத்தில் உள்ளோருக்கு நெருக்கமாகவும் இருந்தனர். சுதந்திரப் போராட்டத் தலைவர்கள் போராட்டங்களுக்கான பெருந்திரள் மக்கள் குவிப்பை வேண்டுபவர்களாகவும் அதே நேரத்தில் பெரிய அளவில் அழிவுகள் ஏதும் நடந்துவிடாமல் பார்த்துக் கொள்ள வேண்டியவர்களாகவும் இருந்தனர். விளிம்புநிலையினரின் இயல்பான வேகம் என்பது இவ்வாறு மேல்தட்டினருக்குப் பெரிய இழப்புகள் ஏற்படாமல் கட்டுப்படுத்தப்பட்டது என்பதை நாம் புரிந்துகொள்கிறோம்.

ஷாஹித் அமினின் ‘காந்தி எனும் மகாத்மா’ எனும் விளிம்புநிலை ஆய்வுத் தொகுப்புக் கட்டுரையில் இன்னும் சுவையான வேறு சில செய்திகளும் உண்டு.

சபால்டர்ன் ஆய்வுக் கட்டுரைகளில் ஒன்றான ‘காந்தி என்கிற மகாத்மா’ (*Gandhi as Mahatma*) எனும் கட்டுரையில் ஷாஹித் அமின் அன்றைய சுதந்திரப் போராட்டத்தின் ஓரம்சத்தைப் பற்றிச் சொல்லும் ஒரு குறிப்பை மட்டும் மிகச் சுருக்கமாக இங்கே பார்ப்போம். காந்தியப் போராளிகளுக்கும் அன்றைய சபால்டர்ன் மக்களுக்கும் இடையிலான உறவுகளின் தன்மை மற்றும் சிக்கல்கள் ஆகியவற்றைப் புரிந்துகொள்ள இது உதவும். அன்றைய காலகட்டத்தில் என்னை மிகவும் ஈர்த்த ஒரு விளிம்புநிலை ஆய்வுக் கட்டுரையும் கூட இது. இந்தக் கட்டுரை, வட இந்தியப் பகுதியில் 1920 களில் நடந்த ஒரு போராட்டம் குறித்த கட்டுரை.

பெரும்திரள் மக்களைக் காலனிய ஆட்சிக்கு எதிராக வெற்றிகரமாகத் திரட்டியவர் மகாத்மா காந்தி. அப்போதைய போராட்டம் ஒன்று குறித்து மக்கள் மத்தியில் பேசி ஆதரவு தேடுவதற்கு அவர் அந்த மாவட்டத்திற்கு வந்து ஒரு நாள் பரப்புரை செய்கிறார். காந்தி சொன்னால் எதையும் செய்வதற்கு மக்கள் காத்திருந்த காலம் அது. அதே நேரத்தில் காந்தியப் போராட்டங்களை உள்ளூர் மட்டங்களில் ஏற்றுச் செயல்படுபவர்கள் எல்லோரும் காந்திகளும் அல்ல. காந்தியை ஒரு ‘மகாத்மா’ ஆக ஏற்று லட்சக் கணக்கில் சிறைகளை நிரப்புகிற அடித்தள மக்களுமிருந்தனர். அப்படியான சூழலைத் தம் சொந்த நலன்கள் மற்றும் நோக்கங்களுக்குப் பயன்படுத்திக் கொண்டவர்களும் இருந்தனர். இதற்கு மத்தியில்தான்

காந்தி தன் பெருந்திரள் மக்கள் போராட்டங்களைச் செயல் படுத்துவதில் வெற்றி பெற்றார். அதனூடாகக் காந்தி பிரிட்டிஷ் ஆட்சியை ஒரு வகையில் நெருக்கடிக்கு உள்ளாக்கிய போதும், அதனூடாக உருப்பெற்ற 'சுதந்திர' ஆளுகை எந்த வகையிலும் காந்தியத்தை ஏற்றதாக இல்லை என்பதையும் நாம் கவனத்தில் கொள்ளவேண்டும். நல்ல வேளையாக, காந்தி சுதந்திரத்திற்குப் பிந்திய இந்தியாவில் வெகு நாட்கள் வாழாமல் போனார்.

வேறென்ன சொல்வது. நிற்க. நாம் ஷாஹித் அமினைத் தொடர்வோம்.

காந்தியின் மீதான மக்கள் திரளின் மகத்தான நம்பிக்கை இடையில் இருந்த உள்ளூர்ச் சக்திகளால் தங்களின் சுய லாபங்களுக்குப் பயன்படுத்தப்பட்டன என்பதை விரிவாகச் சொல்கிறார் அமின். பெருந்திரள் மக்கள் போராட்டமாக உள்ளூர் மட்டங்களில் நடத்தப்படும்போது இப்படியான சக்திகள் உட்புகுந்து தம் நலன்களுக்காக அதைப் பயன்படுத்துகிற பின்னணியில் போராட்டத்தை நிறுத்திக்கொள்ளக்கூடிய அவசியங்களும் பல நேரங்களில் காந்திக்கு ஏற்படுவதையும் நாம் வரலாற்றில் பார்க்கிறோம். சபால்டர்ன் ஆய்வுத் தொகுதிகளில் நமது கவனத்துக்குரிய ஒன்றாக இப்படியான அனுபவங்களும் காந்திக்கு இருந்தன என்பது குறிப்பிடத்தக்கது.

ரணஜித் குஹாவால் முன்வைக்கப்பட்ட 'சபால்டர்ன் ஸ்டடிஸ்'' (விளிம்புநிலை ஆய்வுகள்)- இன் திருத்திப் பெரிய அளவில் விரிவாக்கப்பட்ட மூன்றாம் வடிவம் இது. குஹாவின் இறப்பிற்குப் பின் வெளிவரும் இத்தொகுப்பில் மூன்று விரிவான கட்டுரைகள் புதிதாகச் சேர்க்கப்பட்டுள்ளன. மேலிருந்து கீழ்நோக்கிப் பார்ப்பதாக இல்லாமல் கீழிருந்து மேல்நோக்கும் ஒரு ஆய்வுமுறை என இதை முன்வைத்தார் குஹா. தொடக்க காலங்களில் வியப்புடன் மட்டுமே நாங்கள் இதை அணுகினோம். விரிவான நூற்தொகுதிகளையும் இரண்டு நாள் கருத்தரங்கு ஒன்றையும் நடத்தினோம். கருத்தரங்கக் கட்டுரைகள் தொகுப்புகளாகவும் இரண்டுமுறை வெளிவந்தன.

இன்றைய முக்கிய தமிழ் ஆய்வாளர்களில் ஒருவரான பொ.வேல்சாமியும் நானும் இணைந்து 'நிறப்பிரிகை' இதழை

வெளியிட்டுக் கொண்டிருந்தபோது மேற்கொண்ட ஒரு முயற்சிதான் இது.

சபால்டர்ன் ஆய்வு முறை குறித்து, பல மாற்றுக் கருத்துகளும் உண்டு. அவற்றில் சிலவற்றை ஏற்புடன் இப்பதிப்பில் ஆங்காங்கு சுட்டிக் காட்டி உள்ளேன்.

முழுமையாகச் செழுமைப்படுத்தப்பட்டும் விரிவாக்கப்பட்டும் வெளிவரும் இந்நூலை இப்போது என் எழுத்துகளைச் சிறப்பாக வெளியிட்டு வரும் 'ஸீரோ டிகிரி' வெளியிடுகிறது. அவர்களுக்கு என் நன்றிகள்.

மிக்க அன்புடன்,<br>
அ.மார்க்ஸ்,<br>
செப் 09, 2023

# விளிம்புநிலை ஆய்வுகளும் அவற்றை எழுதுதலும்:

## சுருக்கமான ஒரு அறிமுகம்

**அ**டித்தள மக்கள் ஆய்வுகள் என்பன ரணஜித் குஹா மற்றும் அவரது குழுவினரால் 1980 களில் அறிமுகம் செய்யப்பட்ட ஒரு வரலாற்றாய்வு முறை. தற்கால இந்திய வரலாறு (காலனிய -தேசிய கால கட்டம்) எழுதுதலிலுள்ள மேட்டிமை (Elitist) அணுகல் முறையை விமர்சித்த இவர்கள், அதற்கொரு மாற்றாக அடித்தள மக்கள் ஆய்வு முறையை (Subaltern studies) முன்வைத்தனர். தற்கால இந்திய வரலாற்றெழுதியலிலுள்ள மேட்டிமை அணுகல் முறைகளை இவர்கள் இரண்டாகப் பிரித்தனர்.

(i) காலனிய வரலாறு எழுதியல்: காலனிய நடவடிக்கைகள் மூலம் அறிமுகமான நிறுவனங்கள் மற்றும் செயற்பாடுகள் மூலமாக இந்திய தேசிய உணர்வு உருப்பெற்றது என்பது இந்த அணுகல் முறையின் அடிப்படைக் கருத்து. அதாவது காலனியத்தினூடாகக் கற்றுக்கொள்ளும் நடைமுறையாக இந்திய தேசியம் இங்கே உருப்பெற்றது என்பது இவர்களது பார்வை.

*(ii)* தேசிய வரலாறு எழுதியல்: முக்கியத்துவம் வாய்ந்த சில தேசியத் தலைவர்கள் மற்றும் நிறுவனங்களின் செயல்பாடாக இந்திய தேசியப் போராட்டத்தையும் சமீப கால வரலாற்றையும் எழுதுதல் என்பது இவர்களின் அணுகல் முறையாக இருந்தது.

இந்த இரு வரலாறு எழுதியல் நெறிகளுமே மக்களின் தன்னெழுச்சியான பங்களிப்பை, மேட்டிமைச் சக்திகளைச் சார்ந்திராத சுயேச்சையான பங்களிப்பை மறுத்தன அல்லது கண்டுகொள்ளவில்லை. இவ்வாறு மேட்டிமை அணுகல் முறை வரலாற்று இயக்கத்தின் வெகுமக்கள் சார்பைப் புறக்கணிக்கிறது என அடித்தள நோக்கினர் (Subaltern Historians) விமர்சித்தனர். அடித்தள மக்களின் அரசியல் மேட்டிமை நிறுவனங்களைச் சார்ந்திராமல் சுயேச்சையான புலத்தில் இயங்குகிறது. உத்திகள், செயல்பாடுகள், அணி திரட்டல்கள் என எல்லா அம்சங்களிலும் இது வேறுபட்டு நிற்கிறது. இவற்றை வெளிக்கொணர்வதும் எழுதுதலும் அடித்தள மக்கள் ஆய்வுகளின் நோக்கமாகிறது. ஆக, காலனியவாதிகள் மற்றும் அவர்களை மறுத்த தேசியவாதிகள் ஆகிய இரு சாராரின் வரலாறுகளுமே மேட்டிமை வரலாறுகளாகவே இருந்தன. இப்படி மேட்டிமை நோக்கை விமர்சித்து எழுந்த வரலாற்றெழுதியலை அடித்தள மக்கள் ஆய்வு எனலாம்.

காலனிய காலகட்ட வரலாறெழுதியல் மீதான இவ்விமர்சனத்தைப் பொதுவாக வரலாறெழுதியல் மீதே - சிறு திருத்தங்களோடு - நாம் முன்வைக்க முடியும். இதுவரை எழுதப்பட்ட வரலாறுகள் அனைத்துமே நிலைபெற்ற மையங்களின் வரலாறுகளாகவே (Sedan tic Histories) இருந்தன. மையங்கள் வலுவாக இருந்த காலமே பொற்காலங்களாகவும் போற்றப்பட்டன. இவ்வகையில் சங்ககாலம், பல்லவர் காலம், சோழர் காலம், பாண்டியர் காலம், நாயக்கர் காலம், ஆங்கிலேயர் காலம் என வரலாறு காலப் பாகுபாடு செய்யப்பட்டது. மையங்கள் வலு குறைந்த காலங்கள் இருண்ட காலங்களாகக் குறைத்துரைக்கப்பட்டன.

காலனிய, இந்திய தேசிய, மொழிவாரி தேசிய வரலாறெழுதி யல்கள் அனைத்துமே மையங்களில் உருவான வலுமிக்க அரசு, ராணுவ நடவடிக்கைகள், வரிவசூல் அமைப்பு, கருத்தியல் நிறுவனங்கள்,

கலாச்சார மேன்மை, வாணிபம், மையங்களிலுள்ள மக்களின் அன்றாட வாழ்க்கை... என்பனவற்றைச் சொல்லுதலாக அமைந்தன. சோழர் காலம் குறித்த கல்கி, பண்டாரத்தார், நீலகண்ட சாஸ்திரி ஆகியோரது வரலாறு எழுதுதல்கள் இதற்கொரு எடுத்துக்காட்டு.

மேற்குறித்த மைய நீரோட்ட வரலாறெழுதியலைக் கடுமையாக விமர்சித்து ஒரு மாற்று வரலாறெழுதியலை முதன்முதலில் முன்வைத்தது மார்க்சியம். 1950களின் பிற்பகுதியில் வெளிவந்த டி.டி.கோசாம்பியின் இந்திய வரலாறு மற்றும் பண்பாடு குறித்த ஆய்வுகள் இந்திய அளவில் இதற்கொரு முன்னோடியாக அமைந்தன. அந்தந்தக் கால உற்பத்தி முறைகளை வெளிக் கொணர்வது என்கிற அடிப்படையில் வர்க்கங்களிடையேயான உறவுகள், சுரண்டல்கள், போராட்டங்கள், கொடுமையான வரி வசூல்கள், நிறுவனங்களின் பின்னால் இருந்த அரசியல் மற்றும் பொருளியல் நோக்குகள் ஆகியவற்றை மார்க்சிய வரலாற்றாசிரியர்கள் வெளிக்கொணர்ந்தனர். பேரா. நா.வானமாமலை அவர்களின் சோழர் காலம் பற்றிய ஆய்வை இதற்கொரு எடுத்துக்காட்டாய்ச் சொல்லலாம். உலகத்தில் மூன்றில் ஒரு பகுதியில் செங்கொடி பறக்கிறது என்கிற பெருமையோடு மார்க்சியர்கள் வலம் வந்த காலம் அது. மாவோ, சேகுவாரா, பிடல் காஸ்ட்ரோ, ஹோசிமின் ஆகியோர் மீதான கவர்ச்சியும் உலகை மாற்றியமைத்தல் என்கிற லட்சிய நோக்கும் கொடி கட்டிப் பறந்த காலம் அது.

எனினும் மார்க்சிய வரலாறெழுதியலுங்கூட, மைய நீரோட்ட வரலாற்றெழுதியல் போலவே மையங்களைப் பற்றியே ஆய்வு செய்தது. பின்னது மையங்களின் மேன்மையைச் சுட்டிக் காட்டியது என்றால் முன்னது அவற்றின் ஊழல்களைச் சுட்டிக் காட்டியது. இரு சாராரும் மையங்களிலிருந்து புவியியல் அடிப்படையிலும் அரசியல் பொருளாதார ரீதியிலும் கருத்தியல் - கலாச்சார மட்டங்களிலும் தூர விலகியிருந்த விளிம்புகளைக் கணக்கில் கொள்ளவில்லை. மையத்திற்கும் (Centre) விளிம்பிற்குமான (Periphery) உறவு ஆராயப்படவில்லை. விளிம்புகளைத் தமக்குள் இழுப்பதே மையங்களின் முயற்சியாகவும், மையங்களிலிருந்து தப்பித்தோடுவதே விளிம்புகளின் செயற்பாடாகவும் வரலாறு

முழுமையும் அமைகின்றது. பொருளியல், அரசியல், கலாச்சாரம், கருத்தியல் என எல்லாத் தளங்களிலும் இவ்விரு முயற்சிகளையும் நாம் அடையாளம் காண முடியும். விளிம்புகளின் நோக்கில் வரலாற்றை அணுகும்போது நமது பணி இவ்வாறு தப்பித்தோடுதல் மற்றும் தப்பித்தோடியவர்களின் வரலாறுகளை *(Nomadic Histories)* எழுதுவதே என்றாகிறது.

## II

*1960களின் இறுதியில் தோன்றி உலகெங்கிலும் அரசியல் மட்டத்திலும் கருத்தியல் அளவிலும் ஏற்பட்ட பல மாற்றங்களை நாம் அறிவோம். பிரெஞ்சு மாணவர் எழுச்சி, வியட்நாம் போர் எதிர்ப்பு, சுற்றுச் சூழல் மற்றும் பெண்ணிய இயக்கங்கள் மேலெழுதல், அறிவியலில் நிர்ணயவாதத்திற்கு (Determinacy Principle) ஏற்பட்ட சரிவு, மொழியின் குறியியற் தன்மையை வெளிக்கொணர்ந்த அமைப்பியல், பின் - அமைப்பியற் சிந்தனைகள், அறிவொளிக் காலத்தில் (Enlightenment) மேலெழுந்த பகுத்தறிவின் வன்முறையைத் தோலுரித்த 'பின் நவீனத்துவம்'... என்பன இம் மாற்றங்களின் அடையாளங்களாக (markers) விளங்கின. உலகெங்கிலும் வரலாறெழுதியல்களில் இவை பல தாக்கங்களை ஏற்படுத்தின. இந்தியத் துணைக் கண்டத்தில் இப்போக்கின் வெளிப்பாடாக அடித்தள மக்களின் ஆய்வுகளைச் சொல்லலாம். தங்களின் தொடக்க அறிக்கையில் அவர்கள் சுட்டிக் காட்டியபடி (பார்க்க: அடித்தள ஆய்வுகள், முதல் தொகுதி, ஆக்ஸ்போர்டு வெளியீடு, 1982) காலனிய மற்றும் தேசிய நோக்கிலான மேட்டிமை ஆய்வுகளிலிருந்து விலகி நின்றது மட்டுமின்றி மார்க்சிய ஆய்வு முறையினின்றும்*

அவர்கள் தங்களை வேறுபடுத்திக் கொண்டனர். காலனிய, தேசிய, மார்க்சிய என்கிற மூன்று வகை வரலாற்றெழுதியல்களுக்கும் அடிப்படையாக ஏதோ ஒரு பெருங்கதையாடல் (Grand Narrative) இருந்தது. காலனிய வரலாறெழுதியலுக்கு 'வளர்ச்சிக் கோட்பாடு' அடிப்படையாக அமைந்ததென்றால் தேசிய வரலாறெழுதியலுக்குச் 'சுதேசியம்' 'தன்னுரிமை' என்பன அடிப்படைகளாகவும் மார்க்சிய வரலாறெழுதியலுக்கு 'உற்பத்தி முறை' என்பது அடிப்படையாகவும் விளங்கின. இம்மூன்றிலிருந்தும் வேறுபட்டு நின்ற அடித்தள வரலாற்றாய்வினர் (Subaltern historians) பின் நவீனத்துவம் முன்வைத்த பெருங்கதை யாடல்களின் தகர்வு (incredulity of metanarratives), தொகுப்பு அறிவு உருவாக்கத்தின் மூலம் கையகப்படுத்துவதின் சாத்தியமின்மை (incommensurability) என்கிற பார்வைகளைச் சிக்கெனப் பிடித்துக் கொண்டனர்.

இந்தப் பெருங்கதையாடல்கள் எல்லாமே ஏதோ ஒரு வகையில் அடித்தள மக்களின் பாத்திரத்தை மறுத்தன. வரலாற்றின் செயலூக்க மற்ற செயல்படு பொருட்களாகவே அவர்களைப் பெருங்கதை யாடல்கள் அணுகின. உற்பத்தி முறை என்கிற மார்க்சியப் பெருங்கதையாடலை எடுத்துக்கொண்டோமானால் தொழில் நுட்பத்தில் வளர்ச்சியடைந்த உற்பத்தி முறை வெல்லும் என்கிற பார்வையையும் அடிமைமுறை, பண்ணையடிமை முறை, முதலாளிய முறை, பொதுவுடைமை முறை என உற்பத்தி முறைகள் வளர்ச்சிப் போக்கில் மாறிவருவது தவிர்க்க இயலாது எனவும் கருதி வரலாற்றின் தவிர்க்க இயலா மாற்றங்களில் அடித்துச் செல்லப்படுபவர்களாக அடித்தள மக்களைக் கண்டது. அந்த வகையில் காலனியம் இங்கே புகுத்திய மாற்றங்கள் இம்மக்களின் பிரச்சினைகளிலும் பண்பாட்டுக் கட்டமைவுகளிலும் மிகப்பெரிய மாற்றங்களை விளைவித்துவிடும் என நம்பியது.

தவிரவும் மேற்குறித்த உற்பத்தி முறையின் வளர்ச்சிப் போக்கை உலகு தழுவியதாகச் சொன்னதன் மூலம் தனிப்பட்ட மக்கள் குழுக்களின் தனித்துவங்கள், கால, இட அடிப்படையிலான பன்மைத்துவங்கள் புறக்கணிக்கப்பட்டன. ஐரோப்பிய அனுபவங்களை அடிப்படையாகக் கொண்டு கட்டமைக்கப்பட்ட

உற்பத்தி முறை மாதிரிகள் இந்தியா போன்ற மிகவும் வேறுபட்ட சமூகங்களின் மீது பொருத்தமின்றித் திணிக்கப்பட்டன. இந்தியச் சூழலுக்கான தனித்துவங்களான சாசியம், பார்ப்பனியம் மற்றும் இன்னும் எச்சசொச்சங்களாக விளங்கக்கூடிய சமுதாய உற்பத்தி முறைகள் (communal modes), ரத்த, சடங்கு, அடிப்படையிலான இணைவுகள் முதலியவை புறக்கணிக்கப்பட்டன. இந்தியச் சமூக அமைப்பின் மேலிருந்து கீழான 'கூறுநிலைத் தன்மைக்கு' (Segmentary formation) இன்று அதிக அழுத்தம் கொடுக்கப்படுகிறது. அரசின் இறையாண்மை ஒப்பீட்டளவிலானதாகவும் வரையறுக்கப் பட்டதாகவும் இச்சமூகங்களில் அமைகிறது. அரசதிகாரம் மையத்தில் குவிந்திருக்கிறது. விளிம்புகள் ஒப்பீட்டளவில் சுயேச்சையாகவும் தனித்துவமான அதிகாரங்களுடையதாகவும் விளங்குகின்றன. அந்த வகையில் எண்ணற்ற விளிம்புநிலை அதிகாரக் குவிமையங்கள் நிறைந்ததாக இந்தியச் சமூகம் விளங்குகிறது. இன்றளவும் கூட 'நாட்டார்' அமைப்பு தமிழகத்தில் பல இடங்களில் செயல்படுவதை நாம் அறிவோம்.

காலனியமே இந்தியாவை முதலாளிய முறைக்குள் புகுத்தியது என்கிற பார்வையினடியாக காலனிய மக்கள் அரசியல்படுத்தப் படுவது என்பதே காலனியத்தோடு இணைத்துப் பார்க்கப்பட்டது. காலனியத்தை ஏற்றுக்கொண்டு அதற்குத் தக தம்மைத் தகவமைத்துக் கொண்ட அல்லது காலனிய ஆட்சியையும் பண்பாட்டு நடவடிக்கைகளையும் நவீன அரசியல் தளத்தில் நின்று எதிர்த்த உள்நாட்டு மேட்டிமைச் சக்திகளே காலனியத் தன்னிலைகளாக (முதலாளியத் தேசியவாதிகள்) கருதப்பட்டனர். இந்த அடிப்படையில் இந்திய மக்களனைவரும் ஒரே சீரான அடையாளமுடையவர்களாக அணுகப்பட்டனர். மார்க்சியர்களைப் பொறுத்தமட்டில் முஸ்லிம்களின் தனித்துவமான அடையாளங்களை அங்கீகரித்ததொன்றே வரவேற்கத்தக்கக் கூறாக இருந்தது. மற்றபடி 'இந்து சமூகத்தை' அவர்கள் ஒருபடித்தானதாகவே அணுகினர். அடித்தள மக்கள் திரள்களின் சாதி, சடங்கு, ரத்த உறவு ரீதியான சமூக இணைவுகளையும் அதிகாரங்களையும் கண்டுகொள்ளாது இவர்களைப் பொதுவான மக்கள் திரளாகவும், அடிப்படையில் மதச் சார்பற்றவர்களாகவும் மார்க்சியப் பார்வை வற்புறுத்தியது. இதற்கு

மாறான அரசியல் நிகழ்வுகள் அனைத்தும் விதிவிலக்குகளாக, எப்போதோ எங்கோ தற்செயலாக நடைபெறும் வகுப்பு / சாதி மோதல்களாக ஒதுக்கப்பட்டன. வர்க்கப் போராட்டம் என்கிற பெருங்கதையாடலுக்குள் இவை ஒதுக்கப்பட்டு புறக்கணிக்கப்பட்டன.

மார்க்சியப் பெருங்கதையாடலின் அணுகல் முறை இப்படி என்றால் காலனியப் பெருங்கதையாடலோ இந்திய வரலாற்றை மானுடவியல் மயப்படுத்தியது *(anthropologising of history)*. இதன் மூலம் வரலாற்றுச் சொல்லாடலின் தன்னிலையாக ஆங்கில வரலாற்றாசிரியன் நிறுத்தப்பட்டான். இந்தியச் சமூகம் என்பது அவனது ஆய்பொருளாகக் கட்டமைக்கப்பட்டது. 'பிற' சமூகங்களைச் சில பொதுவான விதிகள், வழமைகள், சட்டகங்கள், அதிகார மாதிரிகள் ஆகியவற்றின் அடிப்படையில் 'அறியத்தக்க சமூகங்களாக' மானுடவியற் கோட்பாட்டுப் பார்வை அணுகியது. பொது வெளிகளுக்குரிய பண்பாட்டு நிகழ்வுகள் (கிராமத் திருவிழாக்கள், வழிபாட்டு முறைகள்...) மட்டுமின்றி அந்தரங்க வெளிக்குரிய விலக்குகள், தடைகள், *(taboos)* ஆகிய எல்லாவற்றிற்குள்ளும் இந்த அணுகல் முறையை அது புகுத்தியது. இந்த வகையில் - அதாவது விதிகளையும் ஒழுங்குகளையும் தேடும் வகையில் மானுடவியல் என்பது குழப்பம் /ஒழுங்கின்மை *(chaos)* யிலிருந்து ஒழுங்கைக் *(order)* கண்டறியும் முயற்சியாகவே அமைந்தது. எடுத்துக் காட்டாக சமூகத் தடைகள், விலக்குகள் என்பன எவ்வாறு மனிதர்களுக்கிடையே நிரந்தர உறவுகளையும் உறுதியான சமூகமாக அவர்களுக்கு இடையே இணைவுகளையும் உருவாக்கப் பயன்படுகின்றன எனச் சொல்வதே அவர்களின் பணியாக இருந்தது. இந்த விலக்குகள் எவ்வாறெல்லாம் யாராலெல்லாம் மீறப்படுகின்றன, அதன் விளைவான ஒழுங்கு மீறல்கள், வன்முறைகள் என்பனவெல்லாம் இவர்களின் ஆய்வுப் புலத்திற்குள் வருவதே இல்லை. அமைப்பியல் சிந்தனைகளை மானுடவியலில் பிரயோகித்த லெவி ஸ்ட்ராஸ் போன்ற சிந்தனை யாளர்கள் கூட வேறுபட்ட பல்வேறு தன்னிலைகளுக்கும் ஒரே சமயத்தில் பொருந்தக்கூடிய 'உண்மை'களைத் தேடுபவர்களாகத் தங்களை அடையாளம் கண்டனர். மாக்ஸ் வெபர் போன்ற

சமூகவியலாளர்களோ ‘அர்த்தமுள்ள சமூக நடவடிக்கைகளைத்’ தேடுவதைத் தங்களின் நோக்கமாகக் கொண்டனர். அதாவது சமூக நடவடிக்கைகள் அனைத்துமே ‘அர்த்தமுள்ளவை’, ‘பகுத்தறிவுக்குப் பொருந்துபவை’; இதர செயற்பாடுகள் அனைத்தும் விதிகளுக்குப் பொருந்தாதவை (affective action); கோபம், பொறாமை, பழிவாங்கல் உணர்வு ஆகியவற்றினடியாக விளைந்தவை; தன்னிலையின் செயல்பாட்டை அவர் வற்புறுத்திய போதும் தன்னிலைகள் என்பன பகுத்தறிவுபூர்வமான உயிரிகளாக மேல் நிர்ணயம் செய்யப்பட்டவை என அவர் நம்பினார்.

எனவே, இத்தகைய பெருங்கதையாடலின் அடியான பார்வைகள் அனைத்தும் அடித்தள மக்களின் எதிர்ப்புகளை, இயக்கங்களை ‘பகுத்தறிவுபூர்வமானதாக’, ஆய்வுக்குரியவையாக ஏற்றுக் கொள்ளவில்லை. அவர்களின் தன்னெழுச்சிகளை, எதிர்ப்புச் செயற்பாடுகளை ஒதுக்கித் தள்ளின. காலனிய மருத்துவ முறையின் தடுப்பூசிகளுக்கு அஞ்சி அவர்கள் ஓடியதையும், பிளேக் தொற்று நோய்க் காலத்தில் காலனிய மருத்துவர்கள் மேற்கொண்ட சோதனை முறைகளை அடித்தள மக்கள் எதிர்கொண்ட விதங்களையும் நாட்டுப்புற மனங்களின் பழமைவாத நடவடிக்கைகளில் ஒன்றாக இவர்கள் அணுகினரே ஒழிய முதலாளியத்தின் நுண்மையான அதிகாரச் செயற்பாடுகள் தமது உடல்களையும் காலனியப்படுத்து வதற்கெதிரான எதிர்ப்பு நடவடிக்கைகளாக இவற்றை நமது பெருங்கதையாடல் வரலாற்றாசிரியர்கள் (காலனிய தேசிய, மார்க்சிய) அனைவருமே பார்க்கவும் சிந்திக்கவும் தவறினர். பஞ்ச காலங்களில் ‘சவுகார்’களைக் கொள்ளையடித்ததையும் காலனியம் புகுத்திய புதிய மதுக் கட்டுப்பாட்டுச் சட்டங்களை அவர்கள் மீறியதையும் காலனிய ஆட்சியாளர்களைப் போலவே இவர்களும் சட்ட ஒழுங்குப் பிரச்சினையாகவும், குற்ற நடவடிக்கைகளாகவுமே அணுகினர்.

இத்தகைய பார்வைகளின் மூலம் அடித்தள மக்களின் தன்னெழுச்சியான செயற்பாடுகளை அரசியல் நீக்கம் (de-politicize) செய்து பார்க்கும் பெருந்தவற்றை இந்த வரலாற்றாசிரியர்கள் மேற்கொண்டனர்.

## III

ரணஜித் குஹாவும் அவரது குழுவைச் சேர்ந்த இதர வரலாற்றாசிரியர்களும் பெருங்கதையாடல்களின் தகர்வை ஏற்றுக் கொண்டதனால் அடித்தள மக்களின் செயற்பாடுகளில் 'பகுத்தறிவு பூர்வமான' நடவடிக்கைகளைத் தேடிக்கொண்டிருக்கவில்லை. எனவே வரலாற்றின் மீது பல புதிய வெளிச்சங்களைப் பாய்ச்ச அவர்களால் முடிந்தது. அடித்தள மக்களுக்கு அவர்களுக்குரிய வரலாற்றுத் தன்னிலைகள் என்னும் பாத்திரத்தை இந்த ஆய்வுகள் வழங்கின. அவர்களுக்குரிய வரலாற்றின் நாயகர்களாக அவர்கள் நிறுத்தப்பட்டனர். அடித்தள மக்களைச் சித்திரிக்கப் பயன்படும் வழமையான மொழி ஒழுங்கிற்கும் புதிய நிகழ்வுகளுக்கும் இடையேயுமான பொருத்தமின்மைகள், அந்தப் பொருத்தமின்மை வெளிப்படும் வரலாற்றுக் கணங்கள் என்பன இவர்களின் வரலாற்று ஆய்வுப் பொருள்களாக மாறின.

இத்தகைய கணங்களின் பன்மைத்துவங்கள், பல்வேறு சாத்தியப் பாடுகள், ஆகியவை கணக்கிலெடுத்துக் கொள்ளப்பட்டன. ஒரு உற்பத்தி முறையிலிருந்து இன்னொரு உற்பத்தி முறையாக மாற்றம் பெறுதல் என்பதைக் காட்டிலும் முரண்பாடுகளுக்குரிய புள்ளிகள் முக்கியமாக ஏற்றுக் கொள்ளப்பட்டன. குடும்பம், ரத்த உறவு, குலம், சாதி முதலானவை எப்படிச் செயற்படுகின்றன

என்பதை விளக்குவது, அவற்றுக்கான விதிகளைக் கண்டுபிடிப்பது என்பதைக் காட்டிலும் காலனியம் புகுத்திய புதிய நவீனத்துவ நிறுவனங்களுக்கும் (கல்வி முறை, மருத்துவம், மேற்கத்திய நீதி வழங்கு முறைகள், காவல் துறை, அதிகார வர்க்கம்...) அடித்தள மக்களுக்கும் இடையேயுமான ஆதிக்க / சுரண்டல் / அதிகாரப் பிரயோக உறவுகள் ஆகியவற்றுக்கு முக்கியத்துவம் கொடுத்து ஆராய்வதை இவர்கள் தமது நோக்கமாக்கினர்.

மாற்றங்களின் நாயகர்களாக அடித்தளக் கலகக்காரர்கள் ஏற்றுக் கொள்ளப்பட்டனர். குறியமைப்புகளில் ஏற்பட்ட செயற்பாட்டு மாற்றங்கள் கணக்கிலெடுத்துக் கொள்ளப்பட்டன. மதரீதியான சில செயற்பாடுகள் எவ்வாறு போர்க்குணமிக்க போராட்ட நடவடிக்கைகளாகவும் குற்ற நடவடிக்கைகள் எவ்வாறு அதிகாரத்திற்கெதிரான கலகச் செயற்பாடுகளாகவும், வதந்திகள் எவ்வாறு செய்தி பரப்பும் ஊடகங்களாகவும் மாறின என்பதை இவர்கள் கணக்கிலெடுத்துக் கொண்டனர்.

உலகு தழுவிய செயற்பாடுகள், பார்வைகள் என்பதைக் குறுக்கி, குறிப்பான காலத்திற்குரிய, குறிப்பான பகுதிக்குரிய பார்வைகளாக அவை பரிமாண மாற்றம் கொண்டன. வேறு வார்த்தைகளில் சொல்வதானால் வரலாறு 'பிராந்தியமயப்படுத்தப்பட்டது'. *(provincialisation of history)*. உறுதியான இறுதி முடிவுகளுடனான அணுகல் முறைகள் என்பதற்குப் பதிலாக முரண்கள், இருபொருட் தன்மைகள் ஆகியவற்றோடு வரலாறு ஏற்றுக்கொள்ளப்பட்டது. அடித்தள ஆய்வாளர் ஒருவரது சொற்களிலேயே சொல்வதானால் 'வரலாறு அதன் எல்லைக்கே தள்ளப்பட்டது.'

மொத்தத்தில் தெரிதா சொன்னது போல நம்முன் உள்ள (ஆய்வுப்) பொருட்களின் மீதான கேள்விகளை வரலாற்றுப் பொருட்கள் மீதான கேள்விகளாக மாற்றுவதற்கான முயற்சிகள் மேற்கொள்ளப்பட்டன. அதாவது பொருட்கள் மற்றும் நிகழ்வுகளை வரலாறு கடந்ததாகப் பார்க்காமல் அவற்றைக் குறிப்பான வரலாற்றுக்குரியதாக அணுக முயற்சிக்கப்பட்டது. ஹெய்டெகர் குறிப்பிட்டது போல பழமையை எழுதுதல் என்பது தேங்கிப் போன, நிலையான ஒன்றைப் பற்றிய அறிக்கை எழுதும் முயற்சிகளாகவே இருந்த நிலையில் ஒரு மாற்றம்

கோர வேண்டிய அவசியத்தை அடித்தள ஆய்வாளர்கள் ஏற்றுக் கொண்டனர். 'பழமையை' இன்னும் நிகழ்ந்து கொண்டிருக்கும் நிகழ்வாகப் பார்ப்பது என்பதே வரலாற்று ரீதியாகக் கேள்வி கேட்பதாகும். அதுவே மூடுண்ட வரலாற்றைத் திறக்கும் முயற்சி. கடந்த சில பத்தாண்டுகளில் உலகெங்கிலும் வரலாறு எழுதுதலில் ஏற்பட்ட இந்த நெருக்கடி பல்வேறு விதங்களில் அணுகப்பட்டது. இந்தியச் சூழலில் அப்போது அது அடித்தள மக்கள் ஆய்வுகளாக, விளிம்புநிலைக் கருத்தாளர்களால் வெளிப்போந்தது.

இங்கொன்றைத் தெளிவுபடுத்துதல் நல்லது. அடித்தள ஆய்வாளர்கள் எல்லோரும் ஒரே மாதிரியான பார்வையும் நோக்கும் கொண்டவர்கள் அல்லர். தேங்கிப்போன சில வரலாற்றெழுதியல் நிலைப்பாடுகளைப் புறக்கணிப்பதில் உருவானதே அவர்களின் ஒன்றுமை; எளிதான மாற்றுகளை முன் வைப்பதிலான கருத்தொற்றுமை உடையவர்களாக இவர்களை நாம் பார்க்கத் தேவையில்லை. அதேபோல மார்க்சியத்தை இவர்கள் முற்றாக நிராகரித்தார்கள் என்றோ பின் அமைப்பியல், பின் நவீனத்துவக் கூறுகளை முற்றாக ஏற்றுக் கொண்டார்கள் என்றோ சொல்லவும் இயலாது. எடுத்துக்காட்டாகப் பின்நவீனத்துவம் முதலிய காலனியப் பிரச்சினைகளை அவர்கள் கணக்கில் கொள்வதில்லை. காலனியச் செயற்பாடுகளை அடித்தள ஆய்வுகள் அப்படியே முதன்மைப் படுத்தின. அதேபோல மூலதனச் சுரண்டல் என்கிற மார்க்சியத்தின் முக்கியமான பங்களிப்பை அடித்தள மக்களை ஆய்வு செய்பவர்கள் புறக்கணித்துவிட இயலாது என்பதையும் இவர்கள் கணக்கில் கொண்டனர்.

எனவே உற்பத்தி முறைகளின் வளர்ச்சி என்கிற மார்க்சியப் பெருங்கதையாடலைப் புறக்கணிக்க நேர்ந்தாலும் மூலதனச் சுரண்டல் என்கிற கருத்தாக்கத்திற்கும் பெருங்கதையாடலின் சிதைவைக் கட்டியங்கூறிய 'வித்தியாசம்' என்கிற பின்நவீனத்துவச் சொல்லாடலுக்குமிடையிலான ஒரு உரையாடலை உருவாக்க வேண்டியதன் அவசியத்தை இன்றைய அடித்தள ஆய்வாளர்கள் வற்புறுத்தத் தொடங்கியுள்ளனர். 'வித்தியாசம்' என்கிற கருத்தாக்கம் உலகு தழுவிய வரலாறு என்கிற சிந்தனையால்

உருவான பிரச்சினைகளை எதிர்கொள்ள உதவுவதோடு புதிய செயற்பாடுகளுக்குரிய சாத்தியங்களையும் நல்கும் என திபேஷ் சக்கரவர்த்தி போன்றோர் வாதிட்டனர்.

மார்க்சியத்திற்கும் 'வித்தியாசம்' என்கிற கருத்தாக்கத்திற்கும் இடையில் உரையாடலை உருவாக்கும் நோக்கில், கார்ல் மார்க்ஸ், 'உண்மை உழைப்பு' (Real labor), 'கருத்துருவமான உழைப்பு' (Abstract Labor) என உழைப்பைப் பிரித்ததின் மீது இவர்கள் கவனத்தை ஈர்க்கின்றனர். 'உண்மை உழைப்பு' என்பது உழைப்புகளுக்கிடையேயும் உழைப்பவர்களுக்கிடையேயும் உள்ள வேறுபாடுகளை ஏற்றுக்கொள்ளக் கூடியதாக இருக்கிறது. அம்பேத்கர் அவர்கள், "உழைப்புப் பிரிவினையை மட்டும் பார்த்தால் போதாது; உழைப்பாளர்களுக்கு இடையேயான பிரிவினையையும் பார்க்க வேண்டும்" என்று குறிப்பிட்டுள்ள கருத்தோடு இணைத்துப் பார்க்கத்தக்க சிந்தனை இது. கருத்துருவமான உழைப்பு வித்தியாசங்களை மறுத்து எல்லா வற்றையும் ஒருபடித்தானதாக அணுகுகிறது. அதேபோல 'பண்டம்' என்கிற மார்க்சியக் கருத்தாக்கமும் வித்தியாசத்தை ஏற்றுக்கொள்ளும் சாத்தியமுள்ள ஒன்றாக அமைகிறது.

# IV

விளிம்புகளாக ஒதுக்கப்பட்டுள்ள அடித்தள மக்களை வரலாற்றுக்குரிய தன்னிலைகளாகக் காணும்போது மேட்டிமைச் சக்திகளின் செயற்பாடுகளிலிருந்து இவர்கள் வேறுபடுகிற புள்ளிகள் முக்கியமானவை. அவற்றில் சிலவற்றைத் தொகுத்துக் கொள்வோம்.

விளிம்புகளின் உத்திகள், அணிதிரட்டல்கள் என்பன மையங்களின் முயற்சிகளிலிருந்து வேறுபட்டு நிற்கும். வரலாற்று நாயகன் ஒருவன் அல்லது வரலாற்று நிறுவனம் ஒன்றின் அழைப்பிற்கு உட்பட்ட மேலிருந்து கீழான அணிதிரட்டல்கள் என்பதற்குப் பதிலாக கிடைத்தள மட்டத்திலான ரத்த உறவு, சாதி, ஊர், வர்க்கம், பால் என்கிற அடிப்படையில் ஓரளவு சமமானவர்களுக்கு இடையேயான அணிதிரட்டல்களாக (Mobilization) அவை அமையும். செய்தித் தொடர்பு முதலியவற்றில் மரபு வழிப்பட்ட உத்திகள் நிறுவன ரீதியான செயற்பாடுகளுக்கு எதிராகப் பயன்படுத்தப்படும். இந்த வகையில் வதந்திகள், புனைவுகள் (எ-டு: தமிழரசன் இன்னும் உயிரோடிருக்கிறார், தேவரின் முன்னால் இம்மானுவேல் சேகரன் கால்மேல் கால் போட்டு உட்கார்ந்து புகைபிடித்தார்...), குற்றங்கள் (Criminal Activities) முதலானவை (எ-டு: பஞ்ச காலங்களிலான

பழங்குடியினர் / விவசாய அடித்தட்டினர் ஆகியோரின் உணவுக் கலகங்கள் (Rice Riots) ஆகியன நாம் கணக்கிலெடுத்துக் கொள்ள வேண்டியவையாகவும், வேறுபடுத்திப் பார்க்கத்தக்கனவாகவும் உள்ளன. மையங்களின் அணிதிரட்டல்கள் சட்டபூர்வமானவை ஆகவும் விதிகளுக்குட்பட்டதாகவும் நிறுவன ரீதியாகவும் அமையும். விளிம்புகளின் அணிதிரட்டல்கள் சட்டங்களுக்கு அப்பாற்பட்டவையாகவும் வன்முறை சார்ந்ததாகவும் ஒழுங்குகளையும் விதிகளையும் அத்துக்களையும் மீறியதாகவும் அமையும்.

விளிம்புகள் ஒருபடித்தானவை அல்ல; ஒற்றைக் கருத்தியல் கொண்டவையுமல்ல. 'விளிம்பு' என்பது ஒரு ஒப்பீடான கருத்தாக்கமும் கூட. ஒரு மையத்திற்கு விளிம்பாக இருக்கும் ஒன்று அதனினும் விளிம்புடன் ஒப்பிடும்போது மையமாகச் செயல்படுகிற வாய்ப்பும் உண்டு. விளிம்புகளுக்கிடையே இத்தகைய வேறுபாடுகள் இருந்த போதிலும் மையத்தை எதிர்ப்பது, மையத்திலிருந்து விலகியோடுவது என்கிற அடிப்படையில் அவற்றின் பொதுக்கூறு அமைந்திருக்கும். இந்துத்துவச் செயற்பாடுகளிலிருந்து விலகிய நாட்டுப்புற வழிபாடுகளில் தலித் மற்றும் மிகவும் பிற்படுத்தப்பட்ட மக்களுக்கிடையே காணக்கிடைக்கும் சில ஒப்புமைகள் இந்த நோக்கிலிருந்து கவனிக்கத்தக்கன. விளிம்பு என்பது வர்க்க அடிப்படையிலான வரையறை அல்ல. வர்க்கம் / சாதி / பால் / நிறுவனம் எனப் பல்வேறு கூறுகளால் கீழ்நிலைப்படுத்தப்பட்ட சக்திகளாக நாம் விளிம்புநிலை மக்களைக் காண்கிறோம் என்பது முக்கியம்.

வரலாறு குறித்த மேட்டிமை அணுகல் முறை மற்றும் மையம் சார்ந்த அணுகல் முறையின் பயன்பாட்டையும் வரலாற்று இயக்கத்தில் மேட்டிமைச் சக்திகளின் பங்கையும் நாம் மறுக்கவில்லை. மரபு வழி அரசமைப்பை, நிறுவனங்களை, வர்க்க இணைவுகளை, ஆதிக்கம் செலுத்திய கருத்தியல்களை உணர்ந்துகொள்ள, அவ்வாய்வுமுறை துணை செய்யலாம். எல்லாவற்றையும் விட வரலாறு எழுது முறையிலுள்ள கருத்தியல் சார்பை விளங்கிக்கொள்ள அப்பிரதிகள் பயன்படலாம். வரலாற்று இயக்கத்தில் மேட்டிமைச் சக்திகளின்

பங்கிற்கு அவற்றிற்குத் தகுதியான இடத்தை நாம் அளிக்கலாம். ஆனால் மைய நீரோட்ட வரலாறெழுது முறையில் அவர்களுக்கு வழங்கப்பட்டுள்ள தலைமைப் பாத்திரத்தை நாமும் வழங்க வேண்டிய அவசியமில்லை. மேட்டிமைச் சக்திகளின் பங்கையும் பாத்திரத்தையும் புறவயமாக மதிப்பிடுவதும் அவர்களின் பங்கு குறித்த மேட்டிமைப் பார்வைகளை விமர்சனத்திற்கு உள்ளாக்குவதும் நமது செயற்பாடாக இருக்கும். மேட்டிமைச் சக்திகள் எழுதிய வரலாறு என்பதில் பெரும்பான்மையான விளிம்புநிலை மக்களின் பங்கு புறக்கணிக்கப்படுவதால் அது முழுமையான வரலாறாக இருக்காது என்பதையும், பெரும்பான்மையான மக்களின் பங்கையும் அரசியல் / பண்பாட்டுக் கூறுகளையும் புறக்கணித்துக் கட்டமைக்கப் படும் தேசியம் முழுமையான தேசியமாக இராது என்பதையும் நாம் புரிந்துகொள்ள வேண்டும். தேசியம் என்கிற கருத்தாக்கம் எவ்வாறு விளிம்புகளில் ஒதுக்கப்பட்ட சிதறல்களைப் புறக்கணிக்கிறது, அவற்றின் மீதான வன்முறைகளுக்குக் காரணமாகிறது என்கிற கருத்தின் மீது கவனத்தை ஈர்த்தது என்பதை அடித்தள ஆய்வுகளின் மிக முக்கியமான ஒரு பங்களிப்பாக நாம் கருத முடியும்.

## V

மரபுவழி நமக்குக் கையளிக்கப்பட்டுள்ள இலக்கியத் தொகுதியில் விளிம்புநிலை மக்கள் குறித்த மேட்டிமைச் சக்திகளின் பார்வையினூடான பதிவுகள் மட்டுமே நமக்குக் கிடைத்துள்ளன. மிகச் சமீப காலம் வரை விளிம்புநிலைக் குரல்கள் இங்கு பதிவு செய்யப்படவில்லை. இலக்கியச் செயற்பாடு என்பதே மேட்டிமைச் சக்திகளின் புலமாகவே வரலாற்றில் வரையறுக்கப்பட்டிருந்தது. விளிம்புநிலையினர் அவற்றிலிருந்து விலக்கி வைக்கப் பட்டிருந்தனர். விளிம்புநிலையினர் ஒருவர் தப்பித் தவறி இலக்கியப் புலத்திற்குள் நுழைய நேரிட்டால் அவர் முதலில் செய்ய வேண்டியது: (அ) தனது பாலியல் அடையாளங்கள் (ஆ) தனது புவியியல் சார்ந்த கூறுகள் (இ) தனது சாதி / குழு சார்ந்த வழமைகள், மொழி... முதலானவற்றை உதறுவதுதான். சுருங்கச் சொல்வதானால் தனது தன்னிலை இருப்பைக் குற்றம் சார்ந்ததாக உணர்ந்து / உதறி மேட்டிமை இருப்பு ஒன்றை (கற்பிதமாக) வரித்துக்கொண்டு, மேட்டிமை மொழி / உத்தி / விதிகள் / இலக்கியப் புனிதத் தொகுதிகள் (Canon) ஆகியவற்றை ஏற்றுக்கொண்டு இலக்கியக் களத்திற்குள் நுழைய வேண்டும்.

நாட்டார் மரபு (Folk Traditions) மேட்டிமை மரபிலிருந்து வேறுபட்டிருந்தது. இரண்டிற்கும் இடையிலான ஊடாட்டங்கள் இரண்டிலும் பாதிப்புகளை ஏற்படுத்தின. இந்த வகையில் நாட்டார் மரபில் மேட்டிமைக் கூறுகளும் இணைந்திருந்தன. தவிரவும் ஊர்ப் பொது அவையில் நிகழ்த்திக் காட்டுகிறபோது மேட்டிமைச் சக்திகளை அனுசரித்துப் போகும் நோக்கில் சமரசக் கூறுகள் மிகுகின்ற தன்மைகளையும் நாட்டார் மரபில் நாம் காண முடிகிறது. இவ்வகையில் மேட்டிமை இலக்கிய உத்திகள் சிலவும் கூட நாட்டார் மரபில் படிந்துள்ளதைக் காணலாம். இதன் பொருள் நாட்டார் மரபில் தனித்துவக் கூறுகள் இல்லை என்பதல்ல. மேட்டிமைப் பிரதிகளுக்கும் நாட்டார் பிரதிகளுக்கும் வேறுபாடுகள் உள்ள அதே நேரத்தில் நாட்டார் பிரதிகள் முற்றிலும் விளிம்பு நிலைப் பிரதிகள் அல்ல என்பதையும் நாம் கவனத்தில் எடுக்க வேண்டும். நாட்டார் மரபிலுள்ள விளிம்புநிலைக் கூறுகளை நாம் நுணுக்கமாகப் பிரித்தறிதல் அவசியம்.

இலக்கியம் / கலை குறித்தான இடதுசாரி அணுகல் முறைகள் இலக்கியத்தின் சமூக வேர்களைச் சுட்டிக் காட்டுவதில் முக்கிய பங்காற்றின. நாட்டார் மரபுகளை உயர்த்திப் பிடித்தன. புனித மரபைப் பிரித்து பிரதிகளைக் குறிப்பிட்ட காலகட்டங்களுக்கு உரியதாக்கின. எனினும் மேட்டிமைத் தொகுதி / மேட்டிமை மரபு ஆகியவற்றை அப்படியே ஏற்றுக்கொண்டன. எப்படி வரலாறு எழுதியலில் மையங்களைச் சுற்றியே மார்க்சிய ஆய்வுகள் இருந்தனவோ அது போலவே இலக்கிய ஆய்வுகளிலும் புனித மரபை அப்படியே ஏற்றுக்கொண்டன. அவற்றுக்கு 'வேறு வகையான விளக்கங்கள் அளிப்பதை மட்டுமே (எ-டு நிலப்பிரபுத்துவ வெளிப்பாடு / நிலப்பிரபுத்துவச் சிதைவின் வெளிப்பாடு /முதலாளித்துவத் தனிமனிதனின் குரல்...) மார்க்சிய விமர்சனம் தனது பணியாக ஏற்றுக்கொண்டது. புனித மரபை இயற்கையானதாக (Natural) ஏற்றுக்கொண்ட வகையில் அதை ஒரு கற்பிதமாகக் கருதவும் அதன் பின்னுள்ள அரசியலைச் சிந்திக்கவும் தவறினர். வர்க்க எல்லைக்குள் தங்களை அடைத்துக் கொண்டதால் இதர விளிம்பியல் கூறுகளைக் கணக்கிலெடுக்கவும் தவறினர். தப்பித்தோடியவர்களின் வரலாறு/ அடையாளம் / மொழி

முதலானவற்றைப் பதிவு செய்வதில் அக்கறை காட்டாதிருந்தனர்.

உலகெங்கிலும் இன்று இலக்கியப் புனிதங்கள் கேள்விக் குள்ளாக்கப்படுகின்றன. விளிம்புநிலைக் குரல்கள் (எ-டு: பெண்ணியம், கருப்பியம், தலித்தியம்....) மேலெழுந்து வருகின்றன. கலை இலக்கியச் செயற்பாடுகளில் இனி புதிய பரிமாணங்களை எட்டுவது விளிம்புநிலை நோக்குகளால்தான் சாத்தியம் என்கிற நிலையைப் பலரும் ஏற்றுக்கொள்ளத் தொடங்கினர். இந்நிலையில் விளிம்புநிலை நோக்கு என்பதை நாம் அடையாளம் காண வேண்டியிருக்கிறது. நம் முன்னும் நம்மைச் சுற்றியும் மலிந்துள்ள அக்கூறுகளை நாம் அடையாளம் காணவும், குற்ற உணர்ச்சி நீக்கி அவற்றைத் துலக்கிக் கொள்ளவும், அவற்றைப் பெருமையுடன் வெளிப்படுத்தவும் வேண்டியவர்களாக இருக்கிறோம். சுருங்கச் சொன்னால் நமது விளிம்புநிலை அடித்தள இருப்பை விளங்கிக் கொள்ளவும் வெளிப்படுத்தவும் வேண்டியவர்களாக நாம் இருக்கிறோம். நமது வித்தியாசங்களையும் அடையாளங்களையும் உதறாமல் இலக்கியக் களத்திற்குள் நுழைய வேண்டிய தருணம் இது.

# VI

மார்க்சியர்கள், வீணாதாஸ், உபேந்திர பக்சி போன்ற அறிஞர்கள் அடித்தள மக்கள் ஆய்வுகள் தோன்றிய சூழல், இதர மரபு வழிப்பட்ட வரலாறெழுதியல்களிலிருந்து அது வேறுபடும் புள்ளிகள், அடித்தள மக்களின் புனைவுகளின் நோக்கில் அவற்றின் பொருத்தப்பாடு ஆகியவற்றைச் சுருக்கமாகப் பார்த்தோம். அடித்தள மக்களின் ஆய்வுகள் இந்த நூலின் முதல் பதிப்பு வந்த காலத்தில் ஒன்பது தொகுதிகள் வந்திருந்தன. மொத்தத்தில் 12 தொகுதிகள் வரை வெளிவந்தன. ரணஜித் குஹாவின் பொறுப்பில் முதல் ஆறு தொகுதிகள் மட்டுமே வெளிவந்தன. இந்த நூலின் முதல் தொகுதி வந்தபோது பல விமர்சனங்கள் வந்தன. காயத்ரி சக்ரவர்த்தி ஸ்பிவக் போன்ற நவீன சிந்தனையாளர்கள் எனப் பலரும் முன் வைத்துள்ளனர். இவற்றில் பல நாம் கவனத்தில் கொள்ள வேண்டிய முக்கியமான பிரச்சினைகளை முன்வைக்கின்றன. அவற்றில் சில:

(i) நவீன அதிகாரங்களுக்கெதிரான கலகங்களாக வெளிப்படும் கணங்களே அடித்தள ஆய்வுகளின் களமாக உள்ளன என்றோம். இந்தக் கணங்கள் பலவும் அவர்களின் தோல்வியைக் குறிப்பனவாகவும் உள்ளன.

(ii) அடித்தள மக்களின் பேச்சுக்களாகக் கிடைக்கும் நமது ஆய்வுக்கான பிரதிகள் ஏற்கனவே காலனிய நிர்வாகத்தால், அதன்

மொழியில் எழுதப்பட்டுள்ளவைதான். எனவே, அந்த மொழி ஒழுங்குக்கு உட்பட்டவையாகவே அவை உள்ளன. எனவே நமது வாசிப்பு முற்றிலும் மரபுக்கு எதிரானதாக அமைதல் அவசியம். பிரதியியல் ஆய்வின் முக்கியத்துவத்தை வலியுறுத்துகிற விமர்சனம் இது.

(iii) உபேந்திர பக்சி முன்வைக்கும் விமர்சனம் குறிப்பிடத்தக்க ஒன்று. சட்டம் பற்றிய மாற்றுக் கருத்தாக்கம் அடித்தள மக்கள் ஆய்வுகளில் காணப்படவில்லை என்பது அவர் வைக்கும் விமர்சனம். காலனிய அரசால் கொண்டுவரப்பட்ட மது அருந்துதல் / காய்ச்சுதல் தொடர்பான அக்பரி சட்டங்கள் பற்றிய 'வழமையிலிருந்து குற்றத்தை நோக்கி' என்னும் அடித்தள ஆய்வு வெகுமக்கள் சட்ட விரோத நிலை (Popular illegality) உருப்பெறுவதன் மிகச் சிறந்த எடுத்துக்காட்டாக விளங்கக்கூடிய ஒன்று. பொதுவாக, காலனியம் கொண்டு வந்த சட்ட நீதி வழங்கு நடைமுறைகளின் நோக்கங்கள் இரண்டு:

(அ) வெகு மக்களினூடாக ஊடுருவி அவர்களைச் சட்டரீதியான குடிமக்களாக மாற்றும் சட்ட ஒழுங்கமைக்கப்பட்ட ஒழுங்குச் செயற்பாடு.

(ஆ) அதிகாரபூர்வமான உண்மைகளைக் (சட்டபூர்வமான உண்மைகளை) கட்டமைப்பது.

அடித்தள மக்கள் ஆய்வுகள் சட்டத்தின் வன்முறையைச் சுட்டிக் காட்டுவதோடு சட்டத்தால் வன்முறையாக வரையறுக்கப்படும் நிகழ்வுகளின் விதிகளை (சட்டங்களை) அடையாளம் காட்டுவதாகவும் அமைய வேண்டும். ரணஜித் குஹாவின் புகழ்பெற்ற ஆய்வாகிய 'சந்திராவின் மரணம்' என்னும் கட்டுரையில் தனது விதவை மகளின் கருவைக் கலைத்து அவளை ஊர் விலக்கு என்னும் தண்டனையிலிருந்து காப்பாற்ற முனைகிறாள் ஒரு தாய். அந்த முயற்சியில் மகள் செத்துப் போகிறாள். மகளைக் காப்பாற்ற முனைந்த ஒரு தாயின் பரிவு மிக்க செயற்பாடு சட்டத்தின், நீதி வழங்கு சொல்லாடலின் மூலம் ஒரு குற்ற நடவடிக்கையாகக் கட்டமைக்கப்படுகிறது.

சிவில் சமூகத்தில் வழமைகளாகவும் (customs) அதிகார பூர்வமற்ற நீதி வழங்கு நடைமுறையாகவும் உள்ள நிலை, முதலாளிய நவீன அரசுருவாக்கத்தில் இறுக்கமாக வரையறுக்கப்பட்ட சட்டமாக உருப்பெறுகிறது. சூழல் மற்றும் காலம் ஆகியவற்றிலிருந்து விலக்கப்பட்டு கருத்துருப்படுத்தப்படுகிறது. அடித்தள மக்கள் ஆய்வுகள் கருத்துருவாக்கப்பட்ட சட்டத்தின் வன்முறைகளை வெளிக்கொணர்தல் வேண்டும்.

அரசுக்கு எதிரான அடித்தள மக்களின் கலகங்களை அரசியல் நீக்கம் செய்து வெறும் குற்றச் செயல்களாக வரையறுக்கும் சட்ட/நீதி வழங்குச் சொல்லாடல்கள் அடித்தள மக்களுக் கிடையேயான இத்தகைய ஒருங்கிணைவைச் சட்ட விரோதமாகக் கட்டமைக்கின்றன. இவற்றை மிகவும் துல்லியமாகவும் நுணுக்கமாகவும் வெளிக்கொணர்வதற்கு அரசுக்கு அப்பாற்பட்ட மாற்றுச் சட்ட அமைப்புகள் பற்றிய பார்வையை உள்ளடக்கியதாக அடித்தள ஆய்வுகள் அமைய வேண்டும்.

(iv) அடித்தள மக்களின் ஆய்வுகள் பற்றி தலித் மற்றும் பெண்ணிய நோக்கில் வைக்கப்படும் விமர்சனங்கள் மிக மிக முக்கியமானவை. தலித் மற்றும் பெண்கள் பிரச்சினைகளில் மிகப்பெரிய மவுனங்களையே நாம் அடித்தள ஆய்வுகளில் காண்கிறோம். காந்தியின் 'மகாத்மா' பிம்பம் எவ்வாறு கட்டமைக்கப்பட்டது என்பதை வியக்கத்தக்க வகையில் வெளிக்கொணரும் அடித்தள ஆய்வாளர்கள் காலனியத்தை அம்பேத்கர் அவர்கள் எதிர்கொண்ட தன்மைகள் பற்றி ஆர்வம் காட்டாததேன் என்பன போன்ற கேள்விகள் இன்று எழுப்பப்படுகின்றன. நண்பர் அழகரசன் ஒரு பதிவில் குறிப்பிட்டிருப்பது போல அடித்தள ஆய்வுக் குழுவில் இடம் பெற்றுள்ளோர் பெரும்பாலும் உயர்சாதி ஆண்களாக இருப்பது இதற்கொரு காரணமாக இருக்கலாம். தலித் பிரச்சினைகள் கூர்மையடையாத மாநிலம் ஒன்றைச் சேர்ந்தவர்களாக (எ.கா: மேற்கு வங்கம்) இதன் ஆரம்ப கால முன்னோடிகள் உள்ளது அடுத்த காரணமாக இருக்கலாம். காரணம் எதுவாயினும் இது கவலைக்குரிய அம்சமே.

அடித்தள மக்கள் உணர்வு (Subaltern Consciousness) என்ற ஒன்றை

ஒரு சாராம்சப் பண்பாகக் கட்டமைப்பதிலும் பல சிக்கல்கள் உள்ளன. அடித்தள மக்களின் செயற்பாடுகள், நோக்குகள் அனைத்தையும் முற்போக்கானவையாகவும் வரவேற்கத்தக்கனவாகவும் பார்க்கவும் இயலாது. அடித்தள மக்களின் ஆய்வுகளை விமர்சிப்பவர்களில் ஒருவர் சுட்டிக்காட்டியிருப்பது போல ரயில்வே வேலை நிறுத்தத்தில் அடித்தள மக்களின் ஒருங்கிணைவு வரவேற்கத்தக்கதாக இருக்கலாம். ஆனால், 'பசு'வைக் காப்பாற்றும் நோக்கிலான சமூக / இரத்த /சாதி அடிப்படைகளிலான ஒருங்கிணைவை எப்படி நாம் வரவேற்க இயலும்? இந்தியப் பாசிசமாக உருவெடுக்கும் இந்துத்துவச் சொல்லாடல்களுக்குத் துணை நிற்கக் கூடியதாக இவை அமைவதை நாம் மறந்துவிடக் கூடாது.

இது ஒரு சாதியச் சமூகம். படிநிலை அமைப்பில் பல்வேறு சாதிகள் ஒருங்கிணைக்கப்பட்ட சமூகம் இது. எனவே மையம்/ விளிம்பு என்கிற கருத்தாக்கம் இங்கே ஒப்பீட்டு ரீதியாக அணுகப்பட வேண்டியதன் அவசியத்தை நாம் இந்தப் பின்னணியில் விளங்கிக்கொள்ளுதல் அவசியம். கள்ளர், மறவர், வன்னியர், நாடார் முதலான சாதியினரை, பார்ப்பன - வெள்ளாள அதிகார மையங்களோடு ஒப்பிடும்போது விளிம்புநிலையினர் எனலாம். இந்த விளிம்புநிலையினர் அரசு மற்றும் பண்பாட்டு அதிகார மையங்களை சமூக ரீதியில் ஒருங்கிணைந்து எதிர்ப்பதை அடித்தள மக்களின் ஒருங்கிணைவு என நாம் பாராட்ட முடியும். ஆனால், இத்தகைய ஒருங்கிணைவு என்பதை, இத்தகைய சமூகத்தினரோடு ஒப்பிடுகையில் விளிம்புகளில் வாழக்கூடிய தலித்துகளின் நிலையில் நின்று பார்த்தபோது, நாம் அச்சத்துடனேயே அணுக வேண்டியிருக்கிறது. சில ஆண்டுகளுக்கு முன்பு இட ஒதுக்கீட்டிற்காக வன்னியர்கள் ஒருங்கிணைந்து நடத்திய போராட்டத்தில் பல அடித்தள மக்கட் கூறுகளை நாம் கண்டு சொல்ல முடியும். ஆனால், அந்தப் போராட்டத்திற்குப் பின்னரே வன்னியர்கள் பெரும்பான்மையாக உள்ள பகுதிகளில் தலித் மக்கள் மீதான வன்முறைகள் அதிகரித்தன என்கிற உண்மையை நாம் மறந்து விடலாகாது.

ரணஜித் குஹா மற்றும் சபால்டன், அமைப்பினரின் 'விளிம்பு

நிலை ஆய்வுகள்' எனும் கருத்தாக்கம் மேலுக்கு வந்திருந்த பின்னணியில் 'நிறப்பிரிகை' சார்பாக நாங்கள் கருத்தரங்கு ஒன்றைக் குடந்தையில் நடத்தியபோது இது குறித்தெல்லாம் இரண்டு நாட்கள் விவாதங்கள் நடந்தன. அப்போது முனைவர் இ. முத்தையா, சுந்தர்காளி, முனைவர் குமார செல்வா ஆகியோரின் கட்டுரைகள் இத்தகைய எச்சரிக்கை உணர்வோடு அணுகப்பட வேண்டியவையாக இருந்தன. வைணவம் குறித்த முனைவர் தொ. பரமசிவன் அவர்களின் கட்டுரையிலும் இத்தகைய சிக்கலுக்கு இடமிருந்து. சைவத்துடன் ஒப்பிடும்போது வைணவத்தில் காணப் படும் நெகிழ்ச்சியான கூறுகளை எல்லாம் நாம் மிகைப்படுத்திப் பார்த்துவிட முடியாது. இராமநாதபுரம் மாவட்டத்தில் உள்ள ஓரியூர் எனும் புனித அருளானந்தர் ஆலயத்தில் தலித் மக்கள் சமமாக நடத்தப்படவில்லை என்பதால் அந்த ஆலயம் பல காலம் பூட்டி வைக்கப்பட்ட வரலாறை எல்லாமும் நாம் அத்தனை எளிதாக மறந்துவிட இயலாது.

இந்தியச் சமூகத்தின் கூறுநிலைக் கட்டமைப்பையும் (segmentary formation) கூட நாம் முழுமையாக விதந்து பாராட்டிவிட இயலாது. இந்த அமைப்பின் அடிப்படை அலகாக அமையும் நாட்டார் அமைப்பு என்பது அதிகார மையத்திலிருந்து விலகிய பன்மை அதிகாரக் குவியங்களில் ஒன்றாக இருந்தபோதும் அவை தலித் மக்கள் மீதான அதிகார மையங்களாகவும் விளங்குவதை நாம் மறந்துவிட இயலாது. தென் மாவட்டங்களில் இன்றளவும் நடைமுறையிலுள்ள இத்தகைய நாட்டார் அமைப்புகளே இன்று கூட கோயில் திருவிழாக்கள் முதலான நிகழ்ச்சிகளில் தலித்துகளுக்கு சம உரிமைகளை மறுக்கும் நிறுவனங்களாக உள்ளன. நியதிகள் மீறப்படும்போது தலித்துகள் மீதான வன்முறைகட்கும் இவர்களே காரணமாகின்றனர்.

இத்தகைய விமர்சனங்களை நாம் அடித்தள ஆய்வுகளின் மீது முன்வைப்பது அவர்களின் பங்களிப்புகளை உதறித் தள்ளிவிடும் தவறுக்கு நம்மை இட்டுச் சென்று விடலாகாது. அப்படிச் செய்தோ மானால் இழப்பு நமக்குத்தான். துரதிருஷ்டவசமாக அடித்தள மக்கள் ஆய்வுகள் தோன்றி உலகெங்கிலும் தாக்கங்களை ஏற்படுத்தி

சுமார் இரு பத்தாண்டுகளுக்குப் பின்பே நாம் இங்கே இதனை இங்கு அறிமுகம் செய்ய வேண்டியவர்களாக இருக்கிறோம். இது விமர்சனங்களோடு இவற்றை அணுகும் கூடுதல் வாய்ப்பை நமக்கு அளிக்கின்றது. இதை நாம் சரியான கோணத்தில் பயன்படுத்துவது அவசியம். முழுக்க முழுக்க இவற்றை நாம் எதிராக அணுகினோமெனில் அடித்தள ஆய்வுமுறையையே மறுக்கும் பெருங்கதையாடல் பார்வைகளுக்குத் துணைபுரிந்தவர்களாக ஆவோம் என்பதையும் நாம் மறந்துவிடலாகாது.

# வரலாற்றின் சின்னக் குரல்கள்

## — ரணஜித் குஹா
### (சுருக்கப்பட்ட தமிழ் வடிவம்)

(விளிம்புநிலை ஆய்வு முறையின் மூல முன்னோடியான பேரா. ரணஜித் குஹாவின் இக் கட்டுரை சுருக்கி மொழியாக்கி இங்கே இணைக்கப்படுகிறது. 1993 ஜனவரி 11 அன்று ஹைதராபாத் நகரில் நடைபெற்ற கருத்தரங்கு ஒன்றில் குஹாவால் சமர்ப்பிக்கப்பட்ட இக்கட்டுரை Subaltern studies இன் ஒன்பதாம் தொகுதியில் முதல் கட்டுரையாக உள்ளது. இது சுருக்கப்பட்ட கட்டுரை எனினும் கட்டுரையின் முக்கிய அம்சங்கள் அனைத்தும் இதில் உள்ளடக்கப்பட்டுள்ளன. சுருக்கி மொழியாக்கப்பட்டது என்பதைக் காட்டிலும் தழுவி எழுதப்பட்ட கட்டுரை எனவும் இதைக் கொள்ளலாம். முழுமையாகப் படிக்க விரும்புவோர் சபால்டர்ன் தொகுப்பில் உள்ள குஹாவின் மூலக் கட்டுரையைப் பார்க்கவும். Internet Achieves இல் The Small Voice of History எனத் தரவிரக்கம் செய்தும் இதை வாசிக்கலாம். அ.மார்க்ஸ்.)

இந்திய மொழிகளிலும் பிற மொழிகளிலும் வரலாற்று முக்கியத்துவம் வாய்ந்தவை (historic) எனச் சில நிகழ்வுகளையும் செயல்களையும் குறிப்பிடும் வழக்கமுண்டு. இத்தகைய கூற்றுகள் அச் சமூகத்தின் பொதுப்புத்தி என்கிற இடத்தைப் பெற்று எந்தக் கேள்வியுமின்றி ஏற்றுக் கொள்ளத்தக்க கருத்தாகக் காலப்போக்கில் மாறியும் விடுகின்றன. எனினும் எந்த அடிப்படையில் இவை 'வரலாற்று முக்கியத்துவம் வாய்ந்தவை' என்று கூறப்படுகின்றன என்கிற கேள்வியை எழுப்பினால் இக் கூற்றுகளின் அடித்தளம் நொறுங்கிவிடும். யாருடைய முயற்சி அல்லது எது இப்படியான சில நிகழ்வுகளை 'வரலாற்று முக்கியத்துவம் மிக்கவை' என்கிற தகுதி நிலையில் அமர்த்துகின்றன? எத்தகைய மதிப்பீடுகள் அல்லது அளவுகோல்கள் இவற்றின் பின்னே உள்ளன? அரசின் இருப்பும் உயிர்ப்பும்தான் வரலாற்றின் மையம் எனக் கருதுகிற ஒரு கருத்தியல்தான் இந்தப் பணியைச் செய்கிறது. இந்தக் கருத்தியலை நாம் 'அரசியம்' (Statism) அல்லது 'அரசு மைய வாதம்' என்போம். அரசில் செல்வாக்கு வகிக்கும் மதிப்பீடுகளே இதுபோன்று சில நிகழ்வுகளை 'வரலாறு காணாதவையாக' அதாவது வரலாற்று முக்கியத்துவம் வாய்ந்தவையாக நிறுத்துகின்றன. இந்த நோக்கிலேயே வரலாற்றுப் பழமைகள் மதிப்பீடு செய்யப்படுகின்றன.

இத்தகைய சிந்தனைப் பாரம்பரியத்தின் தோற்றத்தை நாம் இத்தாலிய மறுமலர்ச்சி தொடங்கிக் காணலாம். 15 ஆம் நூற்றாண்டின் நகர அரசுகளைப் பொறுத்தமட்டில் அரசியலையும் ஆளுகையையும் கற்றுக்கொண்டு ஒரு நல்ல குடிமகன் அல்லது ஆட்சியாளன் ஆவதென்பது வரலாற்றுக் கல்வியினூடாகவே மேற்கொள்ளப் பட்டது. "வரலாற்றைப் பயில்வது என்பதும் ஆளுகைக் கலையை அறிவது என்பதும் ஒன்றே" என மாக்கியவெல்லி கூறவில்லையா.

அடுத்த முன்னூறு ஆண்டுகளில் ஐரோப்பாவில் வளர்ந்த முதலாளியம், அரசியத்திற்கும் வரலாற்றியலுக்கும் உள்ள இந்தப் பிணைப்பைப் பலவீனப்படுத்த எதையும் செய்யவில்லை. மாறாக இந்நிலையை உறுதி செய்யவே அது முனைந்தது. சொல்லப்போனால் மேற்கு ஐரோப்பாவில், குறிப்பாக பூர்சுவாக்கள் நன்கு வளர்ச்சியுற்றிருந்த இங்கிலாந்தில் வரலாற்றுக் கல்வி

முழுமையாக நிறுவனமயப்படுத்தப்பட்டது. இதன் மூலம் வரலாற்றுக் கல்வி ஒரு 'இயலமைவு அறிவியல்' (Normal Science). என்கிற நிலைக்கு, அதாவது எத்தகைய சார்பும் அற்ற நடுநிலையான அறிவுத்துறை (secularized body of knowledge) என்கிற மட்டத்திற்கு இட்டுச் செல்லப்பட்டது. அச்சு முதலான புதிய தொழில் நுட்பங்களினூடாக புதிதாய் உருவான பொதுஜன வாசிப்பில் (பாடநூற்களிலிருந்து வரலாற்றுப் புதினங்கள் வரை) எல்லாவிதமான வரலாற்று எழுத்துகளின் மீதும் ஓர் ஈடுபாடு உருவானது. அந்த ஈடுபாடு மேற்கூறிய வரலாறு தொடர்பான புதிய முதலாளிய ரசனைத் தன்மையுடன் அமைந்தது.

ஆக 19ம் நூற்றாண்டு இந்தியாவில், பெரிய அளவில் இவ்வாறு நிறுவனமயப்படுத்தப்பட்ட 'அரசியம்' சார்ந்த அறிவே வரலாற்றுக் கல்வியாக பிரிட்டிஷாரால் அறிமுகப்படுத்தப்பட்டது. எனினும் காலனியச் சூழலில் இது, பிரிட்டனில் மேற்கொள்ளப்பட்ட அதே வீச்சுடனும் தரத்துடனும் மேற்கொள்ளப் பட்டதாகக் கருத இயலாது. மேலாதிக்கம் மற்றும் அதனை ஏற்றுப் பணிதல் என்கிற இரு நிலைகளிலும் பிரிட்டனுக்கும் இந்தியாவிற்கும் இடையில் சில அடிப்படையான வேறுபாடுகள் இருந்தன. பிரிட்டிஷ் அரசு ஊட்டிய இத்தகைய வரலாற்றுக் கல்வி ஒரு சிறிய மக்கள் பிரிவினர் மத்தியில் மட்டுமே இங்கு சென்றடைந்தது. வாசிக்கும் பொதுமக்களின் தொகையும் இங்கு மிகக் குறைவு. எனவே இதன் மூலமான மேலாண்மை உருவாக்கம் (hegemonisation) என்பதும் இங்கு பலவீனமானதாகவே இருந்தது.

இந்திய வரலாற்றியலில் 'அரசியம்' என்பது மேலைக் கல்வியினூடாகவே மேற்கொள்ளப்பட்டது. இதன் கருவிகளாகச் செயற்பட்ட கல்வியாளர்கள் உள்ளிட்ட அனைவரும் உலக வரலாறு என்பதை அரசமைவுகளின் வரலாறாகவே கருதினர். சமகால இந்திய வரலாறு என்பதையும் அவர்கள் காலனிய அரசின் வரலாறாகவே ஏற்றுக்கொண்டனர். எனினும் ஐரோப்பா போன்ற நாடுகளில் மேலாண்மை பெற்ற அரசுகள் (hegemonic states) என்பன மக்களின் ஒப்புதலுடன் இயங்கியவை. ஆனால் காலனியச் சூழலில் அரசு மேலாண்மை என்பது மக்களின் ஏற்பினூடாக

அல்லாமல் போர் வெற்றியினூடாகக் கட்டமைக்கப்படுகிற ஒன்று. எனவே எல்லா மக்களுடைய கருத்தையும் ஒலிக்கிறவர்களாக உரிமைகோரும் வாய்ப்பு இங்கிருந்த மேட்டிமைச் சக்திகளுக்குக் கிடையாது என்பது குறிப்பிடத்தக்கது. ஐரோப்பாவில் சிவில் சமூகம் ஒன்று உருவானது போல இங்கே ஒரு சிவில் சமூகம் உருவாகவில்லை. எனவே இந்திய வரலாற்றியலில் அரசியத்தின் பங்கு மிகவும் குறைவு.

நமக்கான வரலாற்று முக்கியத்துவமிக்க நிகழ்வுகளை அவர்களே கட்டமைத்து நம் மீது திணிப்பதனூடாக நம்முடைய பழமையுடன் நாம் இயல்பாக மேற்கொள்ளக்கூடிய உரையாடல் மறுக்கப்பட்டது. சிவில் சமூகத்தில் ஒலிக்கும் ஆயிரமாயிரம் குரல்களைக் கவனித்து அவற்றினூடாகப் பழமையுடன் நாம் மேற்செல்லும் உரையாடலுக்கு வாய்ப்பில்லாமல் செய்யப்பட்டது. அரசியச் செருக்குடன் கூடிய உரத்த குரல்களின் மத்தியில் இத்தகைய நலிந்த சிறிய குரல்கள் அமிழ்ந்து மறைந்தன. மெல்லிய இக்குரல்களைக் கவனித்து அவற்றோடு உரையாடுவதற்கு நமக்கும் மேலதிகத் திறமை தேவையாகிறது.

இனி இப்படியான ஒரு குரலைக் காண்போம்.

மேற்கு வங்கக் கிராமம் ஒன்றிலிருந்த விவசாயிகளிடமிருந்து அங்கிருந்த பார்ப்பனப் புரோகிதச் சமூகத்தினருக்கு நான்கு வேண்டுதல் விண்ணப்பங்கள் அனுப்பப்பட்டன. தங்கள் மீது படிந்த பாவங்களுக்குப் பிராயச்சித்தம் செய்ய அவர்களின் உதவியை அவை நாடின. சடங்குகளின் ஊடாக பிராயச்சித்தம் செய்யவேண்டுமெனக் கோரின. பிராயச்சித்தம் வேண்டிய அவர்களின் பாவங்கள் ஆன்மிகம் சார்ந்தவை என்பதைக் காட்டிலும் உடற்கூறு சார்ந்தவை. இரு விண்ணப்பங்கள் தொழுநோய் தாக்கப்பட்டவர்களாலும் ஒன்று காசநோய் மற்றது ஈழை (ஆஸ்த்மா) நோயாளிகளாலும் எழுதப்பட்டன. அவர்கள் விவசாயிகள் என்பது அவர்களில் பெயர்களிலிருந்து தெளிவாகிறது.

வயலில் வேலை செய்து கொண்டிருந்தபோது எலி ஒன்று கடித்ததன் விளைவாகவே தனக்குத் தொழுநோய் ஏற்பட்டதாக ஒருவர் எழுதியுள்ளதும் அதை உறுதி செய்கிறது. ஆக இப்படியான

ஒரு மதம் அல்லது ஆன்மீகம் சாராத ஒரு 'காரணத்தை' அவர் கண்டுபிடித்த போதும் பாதிக்கப்பட்ட அந்த விவசாயி ஏதோ கடவுளுக்குச் செய்த தீங்கொன்றின் விளைவாகவே தனக்கு இக்கதி ஏற்பட்டதாகக் கருதியுள்ளார். உடல் சார்ந்த இந்தப் பிரச்சினையை இப்படியாக விளங்கிக் கொள்ளும் நிலை அவ் விவசாயிகளுக்கு ஏன் ஏற்பட்டது என்பதை அறிய அன்றைய பிரிட்டிஷ் ஆட்சி தனது மேலாதிக்கத்தை நிறுவச் செய்த முயற்சிகளின் தன்மைகளை நாம் புரிந்துகொள்ள வேண்டும். காலனிய மேலாதிக்கத்தை உறுதி செய்துகொண்ட பின்பும்கூட இந்தியச் சமூகத்திற்குள் காலனிய அரசின் ஊடுருவல் எல்லா அம்சங்களிலும் பூரணமாக நிறைவேறி விடவில்லை என்பது கவனத்துக்குரியது.

கிராமப்புற இந்தியாவிலிருந்து எழுந்த நோய்வாய்ப்பட்டவர்களின் இந்தச் சிறிய குரல்கள் ஏகாதிபத்தியத்தின் இம் முயற்சிக்குக் காட்டிய எதிர்ப்புகளின் அடையாளங்களாக விளங்கின. நோயைக் கண்டறிவது, ஆற்றுவது ஆகிய செயல்களில் மிகவும் அடிப்படையாக அமைவது உடலைப் புறவயப்படுத்தி அணுகுதல் (objectification of the body) என்பதுதான். அத்துடன் இத்தகைய புறவயப்படுத்துதலைச் சாத்தியப்படுத்துவதில் உள்ள சிரமங்களைப் பறைசாற்றி நின்றன இந்த எதிர்ப்புக் குரல்கள். கல்கத்தா நகரில் ஒரு மருத்துவக் கல்லூரியும், சில நவீன மருத்துவமனைகளும் உருவாக்கப்பட்ட போதும் நவீன மருத்துவத்தின் மீதான பார்வை வீச்சு (clinical gaze) இன்னும் கிராமப்புறங்களை எட்டியிருக்கவில்லை. பகுத்தறிவுக்கு அப்பாற்பட்ட விளக்கங்களின் துணையின்றி நோய்களைப் புரிந்துகொள்ளும் நிலை ஏற்பட்டிருக்கவில்லை. மரபும் அறிவியலும் கலாச்சாரத் தளத்தில் மோதிக்கொண்ட புள்ளியாக இது அமைந்தது. பாவங்களுக்கான தீர்ப்பை எழுதும் களமாக மனித உடல் உணரப்படும் நிலை தொடர்ந்தது. பகுத்தறிவு அடிப்படையிலான அறிவைக் காட்டிலும் நம்பிக்கை அடிப்படையிலான அறிவுக்கே அதிகச் செல்வாக்கிருந்தது. மேற்குறிப்பிட்ட நமது நான்கு விவசாயிகளும் விண்ணப்பித்துக் கொண்டது தமது நோய்க்கான மருத்துவம் வேண்டி அல்ல. மாறாக தமது பாவங்களுக்கான பிராயச்சித்தம் வேண்டியே. அதற்கு அவர்கள் அணுகியது மருத்துவர்களை

அல்ல; புரோகிதர்களைத்தான் அவர்கள் வேண்டினார்கள். இது அவர்களின் தனி மனித முடிவுகளுமல்ல. அவர்கள் சார்ந்த சமூகங்களின் ஒப்புதல்களுடனேயே இந்த விண்ணப்பங்கள் அனுப்பப்பட்டிருந்தன. அவர்கள் கையொப்பங்கள் இட்டிருந்தனர். நோய் குணமாக்கப்படும்போது பாதிக்கப்பட்டவர்கள் மட்டுமே பயனடைவர். ஆனால் பிராயச்சித்தமோ அவர்களுடனான உறவினால் தீட்டுப்பட்ட அந்தச் சமூகத்தையே தூய்மை செய்யும். தொழுநோய் போன்றவை பிராயச்சித்தம் மூலமாகவே தீர்க்கப்படக்கூடிய அளவு அதிகத் தீட்டுப்பட்டவையாகக் கருதப்பட்டன.

அதிகாரத்தின் வரலாற்றை அறிய நமக்கு இதில் நிறையச் செய்திகள் உள்ளன. ஒரு மட்டத்தில் இது காலனியத்தின் அதிகார வரம்பிற்கு ஒரு சான்றாக அமைகிறது. அதன் அறிவியல், மருத்துவம், காலனிய மக்களை நாகரிகப்படுத்துகிற இதர நிறுவனங்கள், நிர்வாகக் கொள்கைகள், சுருங்கச் சொன்னால் காலனியத்தின் பகுத்தறிவு சார்ந்த நியாயப்பாடு 1850 களில் எதிர்கொண்ட எதிர்ப்பிற்குச் சான்றாக இந்த நிகழ்வு அமைகிறது. ஆனாலும் இதை, அதாவது பிரிட்டிஷ் ஆட்சியாளர்களுக்கும் இந்திய மக்களுக்குமான இந்த முரண்பாட்டை, முதன்மை முரண்பாடு என்கிற வாய்ப்பாட்டிற்குள் அடக்கி மிகை எளிமைப்படுத்திப் புரிந்துகொள்ளக்கூடாது. அப்படியாயின் கிராமப்புறங்களில் விவசாயிகளுக்கும் பார்ப்பனப் பூசாரிகளுக்குமுள்ள முரண்பாடு என்னாவது? கலப்பையைக் கொண்டு உழுவது விவசாயியின் தர்மம். ஆனால் அந்தக் கலப்பையைத் தொடுவதே புரோகிதரைப் பொறுத்தமட்டில் அதர்மம் அல்லவா? மேட்டிமைச் சக்திகளால் தலைமை தாங்கப்படும் ஒரு சாதிக் குழுமத்திற்கும், பார்ப்பனிய நிலப் பிரபுத்துவத்திடம் விருப்பபூர்வமாய்ச் சரணடையும் அந்த நோய்வாய்ப்பட்ட பரிதாபத்திற்குரிய சாதி உறுப்பினர்களுக்கும் உள்ள முரண்பாடு என்னாவது? “நான் யாருமில்லாத அனாதை. எனக்கு ஏதாவது ஒரு பிராயச்சித்தம் சொல்லுங்கள்” என்று மோம்ரெஜ்பூரைச் சேர்ந்த அபோய் மண்டலும், சோட்டோ பைனானைச் சேர்ந்த பஞ்சனன் மன்னாவும் புலம்பி அழும்போது இந்த முறையீட்டொலிகளை ‘அரசிய வரலாற்றியலின்’ பேரோசையில் மூழ்கவிடுவது என்ன நியாயம்? காலனிய

அதிகாரம் முற்று முழுதாகக் கட்டமைக்கப்படாத இடங்களில் சிவில் சமூகத்தின் அதிகார உறவுகளின் ஓரங்கமாக இருக்கும் இந்த வரலாறுகளுக்குச் செவி கொடுக்காமல் எழுதப்படும் வரலாறு எத்தகையதாக இருக்கும்? அரசியத்தின் இத்தகைய மேட்டிமைத் தன்மையோடு சமரசம் செய்துகொள்ளாத வரலாற்றாசிரியர்கள் நம்மிடையே யாரும் உண்டா? காலனிய மாதிரியைப் பின்பற்றி எழுதும் எல்லோரிடமும் இப் பண்பு விரவிக் கிடப்பது குறித்து நான் விவரிப்பது தேவையற்றது.

ஒன்றைச் சொல்ல வேண்டும். காலனியச் சொல்லாடலில் மட்டுமின்றி நமது தேசிய மற்றும் மார்க்சியச் சொல்லாடல்களிலும் கூட இத்தகைய அரசு மைய நோக்கு கலந்து கிடக்கிறது.

இந்த இரண்டிலும் சுட்டப்படும் அரசுகளுக்கிடையே குறிப்பிடத்தக்க மாறுபாடுகள் உண்டு என்பது உண்மைதான். நன்கு உருவாக்கி நிறுவப்பட்டு, பல ஆண்டுகள் நிலைபெற்றுவிட்ட ஒரு அரசைக் காலனிய எழுத்துகள் குறிக்கின்றன என்றால் தேசியமும் மார்க்சியமும் உருப்பெறப்போகிற ஒரு கனவு அரசைக் குறிக்கின்றன. சுய நிர்ணய உரிமை பெற்ற தாராள தேசியத்தை ஒன்று குறிக்கிறது என்றால், மற்றது சோஷலிச அரசைக் குறிக்கிறது. தேசியம் மற்றும் மார்க்சியம் என்கிற இரண்டு வரலாறெழுதியலிலும் மேலோங்கி நிற்கும் எடுகோள் என்னவெனில் முதன்மை முரண்பாடு தீர்க்கப்பட்டுவிட்டால் எல்லாம் நேராகிவிடும் என்பதுதான். இவ்விரண்டில் மார்க்சிய வரலாறெழுதியலே அரசியத்துடன் ரொம்பவும் சிக்கலான உறவைக் கொண்டுள்ளது.

விவசாய எழுச்சி ஒன்றின் மூலம் அரசதிகாரத்தைக் கைப்பற்றுவது என்பது நமது ஆய்வாளர்கள் மற்றும் போராளிகளின் புரட்சி வடிவ மாதிரிகளில் தலையாயது என்பதை அறிவோம். இதற்கு ஒரு தலைசிறந்த எடுத்துக்காட்டு கம்யூனிஸ்ட் இயக்கத்தின் முக்கிய தலைவர்களில் ஒருவரான பி.சுந்தரையா எழுதியுள்ள தெலுங்கானா விவசாய எழுச்சி குறித்த முக்கிய வரலாற்று நூல். இன்று ஆந்திர மாநிலத்தின் ஒரு பகுதியாக உள்ள தெலுங்கானாவில் இந்தியப் பொதுவுடைமைக் கட்சியால் தலைமை ஏற்று நடத்தப்பட்ட இந்த

எழுச்சி முதலில் ஹைதராபாத் நிஜாம் மன்னனுக்கு எதிராகவும், நிஜாமின் சமஸ்தானம் இந்திய அரசுடன் இணைக்கப்பட்டபின் இந்திய அரசுக்கு எதிராகவும் நடைபெற்றது. 1946-1951 காலகட்டத்தில் நடைபெற்ற இவ் எழுச்சி இந்திய இராணுவத்தால் ஒடுக்கப்படுவதற்கு முன் விவசாயிகளுக்குச் சில குறிப்பிடத்தக்க வெற்றிகளை ஈட்டித் தந்தது.

சுந்தரையா எழுதியுள்ள வரலாற்றின் மையச் சரடாக விளங்குவது அதிகாரத்தைக் கைப்பற்றுவது குறித்த ஒரு ஆவலும் எதிர்பார்ப்பும் மிக்க பார்வையே. நிலம் மற்றும் நியாயமான கூலி உயர்வு என்பதெல்லாம் சில நிர்வாக, நீதித்துறை மற்றும் ராணுவ நடவடிக்கைகளுக்கு உட்பட்டவையே; அதாவது அவற்றால் மேல் நிர்ணயம் செய்யப்படுபவையே. இவை அனைத்தும் அரசு சார் செயற்பாடுகள் என்பதை விளக்க வேண்டியதில்லை. எனினும் ஆயுதப் போராட்டச் சூழலைப் பொறுத்து அந்தந்தத் தல அளவில் இந்த அரசுச் செயற்பாடுகள் அமைகின்றன. எனினும் இவற்றில் இறுதி நோக்கம் ஒட்டுமொத்த அரசதிகாரத்தை நிஜாம் அல்லது இந்திய அரசிடமிருந்து கைப்பற்றுவதே. விடுவிக்கப்பட்ட பகுதிகளில் உருவாக்கப்பட்ட அதிகாரத்தின் உறுப்புக்கள், முன் வைக்கப்பட்ட திட்டங்கள் எல்லாம் இத்தகைய சாய்வுடனேயே கட்டமைக்கப்பட்டன. கரு வடிவில் ஒரு அரசை உருவாக்குவதன் மூலமே அதிகாரத்தை வென்றெடுக்க வேண்டும். 'முதன்மை முரண்பாட்டை' தீர்ப்பதன் ஊடாகவே இதைச் செய்ய வேண்டும். ஆனால் நிஜாம் ஆட்சியிலும் நேருவின் ஆட்சியிலும் இந்த 'முதன்மை முரண்பாடுகள்' வேறு வேறாக இருக்கும். இது குறித்து கட்சி அறிவு ஜீவிகளிடையே முடிவற்ற கடும் விவாதங்கள் தொடர்ந்தன. எப்படியோ மக்களுக்குச் சாதகமான ஒரு தீர்வை அடைவது ஆயுதப் போராட்டம் ஒன்றின் மூலமே சாத்தியம். இத்தகைய போராட்டத்திற்கான விழுமியங்களான, வீரம், உயிர்பலி, தியாகம், ஆகியன போற்றப்பட்டன. அரசதிகாரத்தை நோக்கிய எதிர்பார்ப்பு, அதை நோக்கிய போர்த்தந்திரம் மற்றும் திட்டம், அதற்குரிய விழுமியங்கள் என்கிற இம் மூன்று அம்சங்களும் பின்னிப் பிணைந்து சுந்தரையா எழுதியுள்ள வரலாற்றில் மேலோங்கி நிற்றலைக் காணலாம். இந்த மூன்றின் ஒன்றிணைவும் ஒத்திசைவும்

ஆயுதப் போராட்டக் குறிக்கோளின் ஒற்றைத் தன்மையால் (singularity) சாத்தியமாகியுள்ளது. கதையாடலின் தர்க்கத்தையும் குவி மையத்தையும் அதுவே தீர்மானிக்கிறது. தெலுங்கானா போராட்டத்தின் உள்ளூறையை இப்படிக் குறிக்கோளின் ஒற்றைத் தன்மையே தீர்மானிப்பதை ஒருவர் கேள்விக்குள்ளாக்கினால் கதையாடலின் ஒருமையும் ஒற்றைக் குவியமும் என்னாகும்?

இந்தக் கேள்வி கேட்கவும் பட்டது. இந்த எழுச்சியில் பங்குபெற்ற சில பெண்கள் இக் கேள்வியை முதலில் முன்வைத்தனர். இப்பெண்களிடம் அடுத்த தலைமுறை இளம் பெண்களால் மேற்கொள்ளப்பட்ட நேர்காணல்களின் அடிப்படையில் பெண்ணிய வாசிப்பு ஒன்றை மேற்கொண்ட வசந்தா கண்ணபிரானும் லலிதாவும் இந்த அம்சத்தின் மீது ஒளிபாய்ச்சி உள்ளனர். இந்த நேர்காணலில் வெளிப்படும் பல்வேறு வேறுபாடுகளுக்கிடையே ஓரம்சம் பொதுவானதாக அமைந்தது. தாங்கள் அனுபவித்த துன்பம் குறித்த, தாங்கள் அனுபவித்த வலியைப் பற்றிய ஒரு பதிவுதான் அது. இளைய தலைமுறைப் பெண்கள் மூத்த தலைமுறையின் இந்த வலிக் குரலைச் செவிமடுத்தனர். செவிமடுத்தல் என்பதற்கு முன் நிபந்தனை அதற்குரிய மனத்திறப்பு; யாரைச் செவிமடுக்கிறீர்களோ அவர்கள் பக்கம் நீங்கள் சாய வேண்டும். இந்த இரண்டும் சாத்தியமாவதாலேயே பெண்களுக்கிடையில் தலைமுறை இடைவெளியைத் தாண்டி இறுக்கமான ஒற்றுமை (solidarity) ஏற்படுகிறது. ஆனால் இத்தகைய செவிமடுத்தல்கள் சாத்தியமில்லாதபோது என்னவிதமான பிரச்சினைகள் உருவாகின்றன என்பதில் வசந்தாவும் லலிதாவும் கவனம் ஈர்க்கின்றனர். வலியால் துன்புறுவது போன்று மெலிதாய் ஒலிக்கும் இச் சிறு குரல்கள் அரசு மையச் சொல்லாடல்களின் செவி கொடாத் தன்மைக்கு எதிராக அவர்களால் நிறுத்தப்படுகின்றன. பெண்களின் இச் சிறு குரலைக் கேட்கச் செவியற்ற ஆணாதிக்கத் தன்மையிலான அரசியல் ஆணைக் குரல் வலியுடன் கூடிய இச் சிறு குரல்களை மூழ்கடித்து விடுவது தெளிவாகிறது.

வலியுடன் கூடிய இச் சிறு குரல்கள் அப்படி எதைக் கூறின? நிலம் மற்றும் நியாய ஊதியம் ஆகியன உழைக்கும் மக்களுக்குக்

கிடைக்கச் செய்வது என்கிற குறிக்கோளை ஆயுதப் போராட்டம் முழுமையாக நிறைவேற்றாதது குறித்த ஏமாற்றத்தை முதலில் அவர்கள் வெளிப்படுத்தினர். இது ஆண்களுக்கும் பொதுவானதே. பெண்களுக்கு மட்டுமேயான ஏமாற்றம் என்பது ஆயுதப் போராட்டம் கருத்தியலிலும் திட்டத்திலும் வெளிப்படுத்திய கோரிக்கைகளில் விடுதலைக்கு மதிப்பளிக்கப்படாமையில் அடங்கியிருந்தது. ஆனால் இந்த நம்பிக்கையோடுதான் அவர்கள் பெருந்திரளாகத் திரண்டனர். வரலாறு முழுமையிலும் பெண்களின் பல்வேறு பிரச்சினைகளுக்கும் மூலாதாரமாக உள்ள ஆணாதிக்கத்திலிருந்து விடுதலை என்பதே அவ்வாறு கைவிடப்பட்ட முழக்கமாக இருந்தது. பாராளுமன்ற அரசியலில் இது சகஜம்தான். ஆயதப் போராட்டமும் இதிலிருந்து பெரிய அளவில் வேறுபட்டுவிடவில்லை என்பதை தெலுங்கானா போராட்டத்தில் ஈடுபட்ட பெண்களின் நேரடி அனுபவம் வெளிப்படுத்துகிறது.

ஏராளமான நம்பிக்கைளோடுதான் பெண்கள் அந்தப் போராட்டத்தில் பங்கேற்றனர். சம உரிமை என்கிற நோக்கோடு அவர்கள் திரண்டபோதும் பெருந்திரளாய், வீச்சுடன் அவர்கள் எழுச்சியில் தங்களை ஈடுபடுத்திக் கொண்டபோது அவர்களின் எதிர்பார்ப்பு முழு விடுதலை என்கிற பரிமாணத்தை எட்டியது; ஆண்களால் பரிசளிக்கப்படும் ஒரு கொத்துக் கோரிக்கை நிறைவேற்றங்கள் என்பதைத் தாண்டி, எல்லாவித சட்ட வாதங்களுக்கும் அப்பாற்பட்டு பெண்களுக்கான சுயநிர்ணய உரிமை என்கிற பரிணாமத்தை அது பெற்றது.

சுந்தரையாவின் கதையாடல், பெண்களின் இந்தப் பிரச்சினைக்குச் செவி கொடுக்கவில்லை. பெண்களின் பங்கு குறித்த அத்தியாயத்தில் ஆயுதப் போராட்டத்தில் பங்கு பெற்ற பெண்களில் எழுச்சியையும் ஆற்றலையும் அவர் சொல்ல வருகையில்,

“பழைய மரபால் வரையப்பட்ட கூட்டை உடைத்துக் கொண்டு அந்த ஆற்றல் வெளியே வருவதற்கேற்பவும் அந்த ஆற்றலை சரியான புரட்சிகரத் திசையில் திருப்பி விடவும் இன்னும் சிறிது முயற்சியை நாங்கள் மட்டும் மேற்கொண்டிருந்தோமானால் அது எத்தகைய பெரிய எழுச்சிக்கு இட்டுச் சென்றிருக்கும்!”

எனத் தன் ஏக்கத்தை வெளிப்படுத்துகிறார். 'நாங்கள்' என அவர் கூறுவது பழைய மரபுக் கூட்டுக்குள் சிறைபட்டுக்கிடந்த ஆண் தலைமையைத்தான். எனினும் இந்தக் கூற்றில் வெளிப்படும் ஆணாதிக்க மேட்டிமைத் தளத்தைக் கவனியுங்கள். பலவீனமான பெண்களில் இந்த ஆற்றலைப் புரட்சித் திசையில் திருப்பிவிடும் முயற்சியை ஆண்களே செய்ய வல்லவர்கள் என்கிற புரிதலுடன்தான் அவர் இதை எழுதுகின்றார்.

பெண் விடுதலை தொடர்பான இயக்கச் செயற்பாடுகள் சீர்திருத்த எல்லையைத் தாண்டாமல் ஆண் தலைமையால் தடுக்கப்பட்டதில் வியப்பு ஏதும் இல்லை. எனவே ஆணாதிக்கத் தலைமைக்கு ஆபத்து வரக்கூடிய பிரச்சினைகள் வந்தபோதெல்லாம் அமைப்பு ஒழுங்கு என்ற பெயரில் அவை ஓரங்கட்டப்பட்டன. 'ஒட்டுமொத்தக் கருத்து' (mass opinion) என்ற பெயரில் ஊற்றி மூடப்பட்டன. சுந்தரையா எழுதியுள்ள வரலாறு முழுமையான ஒரு ஆணாதிக்க வரலாறெழுதியல் நெறியிலேயே கட்டமைக்கப்பட்டுள்ளது.

அரசியச் சொல்லாடலை விமர்சிப்பதன் ஊடாக மட்டுமே ஒரு மாற்று வரலாறெழுதியலை நாம் உருவாக்கிவிட இயலாது. விமர்சனம் என்பதைத் தாண்டி வரலாற்றை மீள எழுதுதல் என்கிற நிலையை அடையும்போதே அது சாத்தியமாகும். இந்தப் புதிய எழுத்துமுறை என்பது அரசியச் சொல்லாடலின் ஒருகுரல் இசையை (univocity) கேள்விக்குள்ளாக்க வேண்டும். இதைச் சாத்தியப்படுத்த முதலில் நாம் முரண்பாடுகளுக்கிடையில் படிநிலையாக்கம் செய்தலை நிறுத்தவேண்டும். ஏதேனும் ஒரு முரண்பாட்டை முதன்மை முரண்பாடு என வகைப்படுத்தி, அதற்குச் சிறப்புரிமைகள் அளித்து அதைத் தீர்ப்பதற்கு முன்னுரிமை அளித்தல் என்கிற நிலையை ஒழிக்க வேண்டும்.

சிறு குரல்களுக்கு வரலாற்றில் இடமளிக்கும் நோக்கில் நாம் செய்ய வேண்டிய பணி, யார் வரலாற்றை இயக்குவது, யார் கருவியாகச் செயற்படுவது என்கிற கேள்வியை நமது கதையாடலுக்குள் கொண்டுவர வேண்டுவதுதான். கட்சி, தலைமை (ஆள்கள்) ஆகியவையே வரலாற்றை இயக்குவதாகவும், போராட்டத்தில் பங்கு பெற்ற பெண்கள் உட்பட்ட பிற உறுப்புக்கள் வெறும்

கருவியாகப் பின்னுக்குத் தள்ளப்படுவதாகவும் இருப்பது முடிவுக்குக் கொண்டுவரப்பட வேண்டும்.

மூன்றாவதாக, பெண்களில் குரல்கள் செவிமடுக்கப்படும்போது, இதுவரை கேட்கப்படாதிருந்த பழங்குடியினர், தலித்துகள் முதலான பிற குரல்களும் கவனம் பெறும்.

இறுதியாகக் கதையாடும் உத்தியும் கூட மாற்றப்படுதல் அவசியம். அறிவொளிக் காலத்திற்குப் பிந்திய நவீனத்துவக் கதையாடும் முறை, நேர்கோட்டுச் சித்திரிப்பு, முதலியன அரசிய ஒழுங்கமைப்புக்குச் சாதகமாகவே இருப்பதால், இந்த ஒழுங்கமைவைச் சிதைக்கும் கலைந்த (disorder) எழுத்துமுறை ஒன்று வரலாறெழுதுதலில் கையாளப் பெறுதல் அவசியம்.

### References

1. Ranajit Guha, *The Small Voice of History, Subaltern Studies*, Vol IX, Oxford, New Delhi 1997
2. Panchannan Mandal (ed), *Chittipatre Samajchitra* Vol.2, Viswabharati, Calcutta, 1953
3. P. Sundarayya, *Telangana People Struggles and its Lessons*, CPI (M), Calcutta, 1972
4. Vasantha Kannapiran and K. Latha, *The Magic time in Kumkum Sangari (ed), Recasting Woman*, RUP, New Jersy, 1990.

# ரணஜித் குஹா மற்றும் அவர் முன்வைத்த 'சபால்டர்ன் ஆய்வுகள்' எனும் கருத்தாக்கம் அன்றும் இன்றும்

## நிறைவாகச் சில குறிப்புகள்

(குறிப்பு: இக் கட்டுரை ரணஜித் குஹாவின் மரணத்தை ஒட்டி இப்போது இந்த நூலுக்கெனச் சிறப்பாக எழுதப்பட்டது – அ.மா)

### ஒன்று

*சென்ற நூற்றாண்டின் நடுவில் பிறந்து சமீபத்தில் மறைந்த ரணஜித் குஹாவால் (23 மே 1923 – 28 ஏப் 2023) முன்வைக்கப்பட்ட Subaltern Studies எனும் கருத்தாக்கத்தின் அடிப்படைகளை முன்னதாக முதன் முதலில் முன்வைத்தவர் அந்தோனியோ கிராம்சி (22 ஜன 1891 – 27 ஏப் 1937). தனது புகழ்பெற்ற சிறைக் குறிப்புகளில் அவர் இதைக் குறிப்பிட்டார். கார்ல் மார்க்சைப் பொறுத்தமட்டில் அவரது கவனம் அவர் காலத்தில் மேலுக்கு வந்திருந்த தொழில்சார் முதலாளித்துவ*

அமைப்பு (industrial capitalist system) மற்றும் அதனடியிலான உழைப்புச் சுரண்டல் ஆகியவற்றின் மீதே இருந்தது. இப்படி நான் கூறுவதன் பொருள் கார்ல் மார்க்ஸ் முதலாளித்துவம் வளர்ச்சி அடையாத நாடுகளின் பிரச்சினை குறித்து கவலைப்படவில்லை என்பதல்ல. ஐரோப்பியச் சூழலில் இருந்துகொண்டு காலனிய இந்தியா குறித்து ஆக முக்கியமான ஆய்வுகளையும் சுரண்டலையும் ஆக நுணுக்கமாக ஆய்வு செய்து விமர்சித்தவர் அவர். மேலைச் சூழலில் பெரிய அளவில் வளர்ச்சி அடைந்துகொண்டிருந்த முதலாளியம் உலகளவில் வளர்ந்து வருவதன் ஆபத்திற்கு அவர் முக்கியத்துவம் அளிக்க வேண்டிய அவசியம் இருந்தது. உலகம் ஒரு கிராமமாக மாறத் தொடங்கி இருந்த ஒரு காலம் அது என்பதை நாம் கவனத்தில் கொள்வது அவசியம். இந்தியா ஒரு விவசாய நாடாக மட்டுமல்ல அப்போது அது ஒரு காலனிய நாடாகவும் இருந்தது என்பதையும் நாமும் மறந்துவிடலாகாது. இந்தியா போன்ற காலனிய நாடுகளில் அன்று உருவாகி இருந்த இந்த முதலாளிய வளர்ச்சி ஏற்படுத்திய பாதிப்புகளையும், அதனூடாக உருவாகி இருந்த கொடும் காலனியச் சுரண்டல்களையும் வியக்கத்தக்க அளவில் மிக நுணுக்கமாக அணுகியவர்தான் கார்ல் மார்க்ஸ். ஒடுக்கப்பட்டு ஓரங்கட்டப்பட்டவர்களாக (marginalised, oppressed) இந்திய விவசாயிகள் இருந்த நிலையை மார்க்ஸ் முக்கியமாக அணுகி ஆய்வு மேற்கொண்டது குறிப்பிடத்தக்கது

இப்படியான சூழலில் இந்தியாவைப் பொருத்தமட்டில் உற்பத்திச் செயல்பாடுகளில் முக்கிய பிரிவினராக இங்கு இருந்த விவசாயிகளின் பிரச்சினைக்கு மார்க்சியம் உரிய முக்கியத்துவம் அளிக்கவில்லை என்கிற கருத்தை அப்போது முன்வைத்தவர்தான் ரணஜித் குஹா.

இடதுசாரிகளின் கவனமும் முக்கியத்துவமும் பெரிய அளவில் முதலாளித்துவப் பொருளாதாரச் சுரண்டல் குறித்தே அளிக்கப்படுகிறது எனக் கருதிய நிலையில் குஹாவும் தோழர்களும் இந்த அடிப்படையில் அன்றைய இந்தியச் சூழலை அணுக முன்வைத்த ஒரு கருத்தாக்கம்தான் Subaltern Studies எனும் அணுகல் முறை. அப்போது நாங்கள் (நிறப்பிரிகைக் குழு) இதனை 'விளிம்புநிலை ஆய்வுகள்' என மொழிபெயர்த்து அது

குறித்த உரையாடலை முன்வைத்தோம். பிற மைய நீரோட்ட இடதுசாரி அமைப்புகள் எதுவும் சபால்டர்ன் குழுவினரின் இந்த விமர்சனத்திற்கு முக்கியத்துவம் அளித்துக் கண்டுகொள்ளாத நிலையில் இந்தச் சிந்தனையை அப்போது தமிழகத்தில் நாங்கள் பேசினோம். நாங்கள் பெரிய சக்திகளாகவோ, அமைப்புகளாகவோ இல்லை என்பதையும் இங்கே பதிவது அவசியம். எனினும் நிறப்பிரிகை மற்றும் இதர எங்கள் செயல்பாடுகள் அன்று கவனத்துடன் பரவலாக அணுகக் கூடிய நிலையும் இருந்தது.

சபால்டர்ன் குழுவினரைப் பொறுத்தமட்டில் முதலாளித்துவம் வளர்ச்சியுற்றிருந்த மேலை நாடுகளின் அணுகல் முறையை இந்தியா போன்ற விவசாய நாடுகள் அப்படியே பின்பற்ற வேண்டியதில்லை என்பது அவர்களின் கருத்தாக இருந்தது. அடித்தள மக்கள் சந்திக்கும் பிரச்சினைகளை எதிர்கொள்ள இங்கு முதலாளித்துவச் சுரண்டல் மீதான விமர்சனமும் எதிர்ப்பும் மட்டும் போதாது; இது ஒரு விவசாய நாடு என்பதை ஏற்று அதற்குரிய முக்கியத்துவம் அளிக்க வேண்டும் என்பதாக இருந்தது.

சபால்டர்ன் குழுவினரின் செயல்பாடுகள் இவ்வாறு வரலாறு, அதிகாரம், பிரக்ஞை, காலனியம், எதிர்ச் செயல்பாடுகள் ஆகியவை குறித்த அணுகல்முறைகளில் முன்வைத்த மாற்றுக் கருத்துகள் முக்கியமானவை. 1982 இல் உருவான அடித்தள மக்கள் ஆய்வுச் செயல்பாடுகளை ரணஜித் குஹாவுடன் இணைந்து செயல்பட்டவர்களில் டேவிட் ஹார்டிமன், பார்த்தா சட்டர்ஜி, கௌதம் பத்ரா, டீபேஷ் சக்கரவர்த்தி எனப் பலரும் இருந்தனர். ஒரு சிலர் இடையில் விலகினர். அது குறித்து இறுதியில் காணலாம். வரலாறு, அதிகாரம், காலனியம், எதிர்ச் செயல்பாடுகள் ஆகியன குறித்த பின் அமைப்பியல் (Post structuralism) பார்வைகளை இவர்கள் முன்னெடுத்தவர்கள் (Ref: Stellan Winthagen, Resistance Studies, May 1, 2023). காலனியம், எதிர்ப்பு அரசியல், அதிகாரம், வரலாறு ஆகியவை குறித்து மாற்றுச் சிந்தனைகளை முன்வைத்து இயங்கிய இவர்களின் செயல்பாடுகள் பெரிய அளவில் அன்று கவனத்திற்கு உள்ளாகியது.

## இரண்டு

நூறாண்டுகளுக்கு முன் வங்காள கிராமம் ஒன்றில் பிறந்து சமீபத்தில் மறைந்தவரும், நம் காலத்தின் முக்கிய அறிஞர்களில் ஒருவரும், செயல்பாட்டாளருமான ரணஜித் குஹா மற்றும் தோழர்களால் இப்படி சுமார் 40 ஆண்டுகளுக்கு முன்பாக முன்வைக்கப்பட்ட ஒரு கருத்தாக்கம்தான் *Subaltern Studies*. 'சபால்டர்ன்' என்பதற்கு எல்லோராலும் ஏற்றுக்கொள்ளப்பட்ட வரையறை ஏதும் இல்லை. இது ஒரு கிராம்சியக் கருத்தாக்கம். பலரும் பல மாதிரியாகப் பொருள் கொள்ளலாம். '*Subalruns*' என்பது ஒரு லத்தீன் சொல். ஒருவர் சக மனிதர் மதிப்பீட்டில் தாழ்ந்தவராகவும், சமூக மேன்மைகளில் பங்கற்றவராகவும் கருதப்படும்போதும், இரண்டாம் நிலைத் துணையாளராக மட்டுமே ஏற்கப்படும்போதும் அவரை விளிம்பு நிலையினர் எனலாம். அதிகாரம், மரியாதை, அடிப்படை வசதிகள், முதலான எல்லாவற்றிலும் இப்போது நம் தமிழ் உட்படப் பல மொழிகளிலும் இச் சொல்லாக்கம் உச்சரிக்கப் படும்போது அது இப்படிச் 'சரியாக' புரிந்துகொள்ளக் கூடிய ஒரு சொல்லாட்சியாக இன்று ஆக்கப்பட்டுவிட்டது, 'தீண்டத் தகாதவர்' என்கிற கருத்தாக்கம் மற்றும் சொல்லாக்கம் ஆகியவற்றிலிருந்தும் இது சற்று வேறுபட்டது. இவர் மற்றவர்களைவிடத் தாழ்வாகவும், மற்றவர்களால் அதிகாரம் செலுத்தப்படுபவராகவும் இருப்பது மட்டும் இன்றி, இவர் தன்னைக் காட்டிலும் கீழே உள்ளவராகக் கருதப்படுபவர்களை ஆதிக்கம் செய்பவராக இருப்பார்.

அனேகமாக 'சபால்டர்ன்' எனும் இந்தக் கருத்தாக்கத்திற்கு 'விளிம்புநிலையினர்' எனும் சொல்லாக்கத்தை இங்கே அறிமுகப் படுத்தியவர்களாக நிறப்பிரிகைக் குழுவினர்கள்தான் உள்ளோம் என எண்ணுகிறேன்.

ஒன்றாக இருந்த அன்றைய கம்யூனிஸ்ட் கட்சியில் இருந்து செயல்பட்டு, பின் கருத்து மாறுபட்டு வெளியேறிய குஹா 1956 இல் முன்வைத்த *Subaltern Studies* எனும் இந்தக் கருத்தாக்கம் ஒரு வகையில் மையத்தில் இல்லாமலும், மையத்தில் இருந்து அதிகாரத்தைச் செலுத்துவோரை விமர்சன நோக்குடன் அணுகுவதாகவும் இருந்தது.

இந்த முயற்சியை நாங்கள் அன்று ‘விளிம்புநிலை மக்கள் ஆய்வுகள்’ என அழைத்தோம். சபால்டர்ன் குழுவில் நாங்கள் இல்லாத போதும் நிறப்பிரிகைச் செயல்பாடுகளின் ஊடாக மாற்றுச் சிந்தனைகளுக்குப் பல்வேறு வகைகளில் கவனம் கொடுத்தவர்கள் என்கிற வகையில் சபால்டர்ன் சிந்தனைகளுக்கு ஆதரவாகவும் அதைத் தமிழகத்தில் பரவலாக இயன்றவரை அறிமுகம் செய்தவர்களாகவும் இருந்தோம் என்பதுதான். சோவியத் வீழ்ச்சியின் பின்னணியில் அடுத்து என்ன என்கிற கேள்வி எல்லோரையும் குலுக்கிய காலம் அது. சில அம்சங்களில் ஒரு மாற்றுத் தேவை என்பதும் அது சாத்தியம் என்கிற நம்பிக்கையும் இருந்த காலம் அது. அந்த வகையில் சபால்டர்ன் ஆய்வுகளில் எங்களுக்கும் ஒரு ஆர்வம் இருந்தது.

தொடக்கத்தில் அப்போது ஒன்றாக இருந்த கம்யூனிஸ்ட் கட்சியில் இருந்து தீவிரமாக இயங்கியவர்தான் அன்று இந்தச் சிந்தனையை முன்னெடுத்த ரணஜித் குஹா. 1956 இல் அன்றைய ஹங்கேரியில் அரசை எதிர்த்து எழுந்த கிளர்ச்சியை சோவியத் ரஷ்யா தலையிட்டு மூர்க்கமாக நசுக்கி ஒடுக்கியபோது, அதைக் கண்டித்துக் கட்சியில் இருந்து விலகினார் அன்றைய இளைஞரும் ஒன்றாக இருந்த கம்யூனிஸ்ட் கட்சியில் ஆர்வத்துடன் செயல்பட்டுக் கொண்டு இருந்தவருமான ரணஜித் குஹா. அதன்பின் அவர் அன்றைய ஆங்கில மார்க்சிய வரலாற்று ஆசிரியர்களின் ‘புதிய இடது’ *(New Left)* அமைப்பில் கருத்துகளுக்கு நெருக்கமாகச் செயல்படத் தொடங்கினார். இவர்கள் ஸ்டாலினிசத்தைக் *(Stalinism)* கடுமையாக எதிர்த்தனர். ‘சோஷலிச மனிதாயம்’ *(Socialist humanism)* என்கிற கருத்தாக்கத்தை ஸ்டாலினிசத்திற்கு எதிராக முன்மொழிந்தனர். ‘அறம் சார்ந்த மனிதாயம்’ மிக்க அணுகலை *(‘the emergence of a warm, personal and humane socialist morality’)* இவர்கள் முன்வைத்தனர்.

இப்படி ஞான்பாண்டே, டேவிட் ஆர்னால்ட், ஷாஹித் அமின் முதலான சபால்டர்ன் குழுவினர் எல்லோரும் ரணஜித் குஹாவுடன் இணைந்து செயல்படத் தொடங்கியதன் ஊடாக உருப்பெற்றதுதான் ‘சபால்டர்ன் ஸ்டடிஸ்’ *(Subaltern Studies)* எனும் கருத்தாக்கமும் செயல்பாடுகளும். நானும் பிற நண்பர்களும் அக்காலத்தில் இந்தக்

கருத்தாக்கத்தில் விமர்சனங்களோடு ஈர்க்கப்பட்டிருந்தோம். சமூக அமைப்பின் விளிம்புகளில் வாழ நேர்ந்தவர்களின் அவர்களுக்கே உரித்தான அணுகல் முறையில் எவ்வாறு தம் பிரச்சினைகளை அணுகுகின்றனர் என்பதைப் பேசுகிற ஒரு அணுகல்முறையாக இது அமைவதால் அது குறித்து ஆர்வம் கொண்டு இது குறித்த இரண்டு நாள் கருத்தரங்கு ஒன்றை எங்களின் 'நிறப்பிரிகை' இதழின் சார்பாக, கும்பகோணத்தில் நாங்கள் நடத்தியபோது (1996 நவம்பர் 16, 17) அந்த நிகழ்வுக்கு, 'விளிம்புநிலை ஆய்வுகளும் தமிழ்க் கதையாடல்களும்' எனப் பெயரிட்டோம். 'இதுகாறும் ஆய்வு நிறுவனங்களுக்குள் முடங்கிக் கிடந்த அடித்தள மக்களின் எதிர்வினைகள் குறித்த இந்த ஆய்வை கல்வியாளர்களுக்கும் களப்பணியாளர்களுக்கும் எழுத்தாளர்களுக்கும் இடையேயான ஒரு உரையாடலாக மாற்றும் முயற்சியாக' அப்போது அது முன்வைக்கப்பட்டது. தமிழகம் முழுவதிலிருந்தும் வந்த சுமார் நூறு தோழர்கள் அந்த ஆய்வரங்கில் பங்கேற்றனர். சபால்டர்ன் குழுவின் சார்பாக சில ஆண்டுகளுக்கு முன் மறைந்த தோழர் எம்.எஸ்.எஸ். பாண்டியன் வந்திருந்து இரண்டு நாட்களும் நிகழ்ச்சியில் கலந்துகொண்டார். அப்போது வாசித்து விவாதிக்கப்பட்ட 13 கட்டுரைகள், 'விளிம்புநிலை ஆய்வுகளும் தமிழ்க் கதையாடல்களும்' எனும் தலைப்பில் பின் ஒரு நூல் வடிவில் நிறப்பிரிகை வெளியீடாகக் கொண்டுவரப்பட்டு இரண்டு பதிப்புகள் வெளிவந்தன (விளிம்புநிலை ஆய்வுகளும் தமிழ்க் கதையாடல்களும், நிறப்பிரிகை ஆய்வரங்குக் கட்டுரைகள், தொகுப்பு: அ.மார்க்ஸ் – பொ.வேல்சாமி, நிறப்பிரிகை வெளியீடுகள், கும்பகோணம், 1986).

### மூன்று

ஒன்றை நாம் நினைவில் கொள்வது நல்லது. 1960 களில் உறுப்பெற்ற நக்சலைட் இயக்கம் நகர் சார்ந்த தொழிலாளி வர்க்கம் என்பதைக் காட்டிலும் விவசாயிகள் போராட்டங்களின் பின்னணியில் உருவான ஒன்று. ஒரு வகையில் மேட்டிமை அரசியலிலிருந்து (elite politics) அது விலகி நின்ற ஒன்று. 1930 களில் கிராம்சியின் இத்தாலிய

அனுபவத்தின் நினைவில் உருப்பெற்றது அது. 'சபால்டர்ன்' என்றாலே அடித்தள மக்கள், அடுத்த நிலையினர் (subordinates) என்பதுதான். அன்றைய இந்தியா போன்ற நாடுகளில் சோஷலிசப் புரட்சி என்பது எக்காரணம் கொண்டும் விவசாயிகளை விட்டுவிடக் கூடாது என்பதில் ரணஜித் குஹா கருத்தாக இருந்தார் என்பது கவனத்துக்குரியது. இன்னொரு பக்கம் சபால்டர்ன் மக்கள் ஒரு வகையில் மேலாதிக்க சக்தியுடன் நெருக்கமாக இருந்ததையும் நாம் மறந்துவிட இயலாது. சபால்டர்ன் என்றால் அடிப்படையில் புரட்சிகரமானவர்கள் என்றும் பார்க்க வேண்டியதில்லை. மிகவும் பிற்போக்கான காரணங்களுக்கும் அவர்களைப் பயன்படுத்திவிட முடியும் என்பதையும் நாம் மறந்துவிடக் கூடாது.

நீண்ட காலம் காலனிய ஆட்சியில் ஒடுங்கிக் கிடந்த இந்தியா அன்று பெரிய அளவில் ஒரு விவசாயச் சமூகமாகவே உருப் பெற்றிருந்தது.

"இந்தியத் துணைக்கண்டம் தொடர்பாகக் கிடைக்கக் கூடிய வரலாறுகள் அனைத்திலும் சமூகத்தில் மேல்தட்டில் உள்ளவர்களே இதுகாறும் இயங்கு சக்திகளாக முன்னிறுத்தப்பட்டுள்ளனர். அடித்தள மக்கள் குறித்துப் பெரும்பாலும் ஒரு தவறான பார்வைக்கே இப்படியான கருத்து இட்டுச் செல்கிறது. இதை நாங்கள் கவனப்படுத்தியபோது, இந்தியாவிலும் பிரிட்டனிலும் இருந்த கம்யூனிஸ்டுகளிடம் இருந்து கடும் எதிர்ப்புகள் வந்தன" –

என்கிறார் இன்று சபால்டன் அணுகல் முறையில் முக்கிய பங்காற்றியவர்களில் ஒருவரான டேவிட் ஹார்டிமன் ((Ref: David Hardimon, Interview by Sellan Winthegan, Resistance Studies, May 1, 2023).

"ஆனால் கட்சியுடன் கருத்து மாறுபட்டு இருந்த 'புதிய இடது' (New Left) கம்யூனிஸ்ட்கள் இதை உற்சாகத்தோடு வரவேற்றனர்."

என்றும் அவர் ஸ்டெல்லன் விந்தகன் உடனான நேர்காணலில் பதிவு செய்வதும் இங்கு குறிப்பிடத்தக்கது. சபால்டர்ன் அமைப்பினர் இந்தியப் பிரச்சினையை ஒரு விவசாயப் போராட்டமாக முன்வைப்பதற்கு முக்கியத்துவம் அளிப்பதை அதிகாரபூர்வமான

இந்திய கம்யூனிஸ்ட் கட்சியும் ஏற்கவில்லை என்பதையும் சபால்டர்ன் அமைப்பினர் இப்படிச் சுட்டிக் காட்டினர்.

வெற்றிபெற நினைக்கும் இயக்கங்கள் பிற வர்க்க சக்திகளுடன் கூட்டு உருவாக்கிக் கொள்வது தவிர்க்க இயலாது. நமது திட்டம் வெற்றிகரமாகச் செயல்படுத்தப்படுவதுதான் முக்கியம் எனக் கூறும் ஹார்டிமன் குஹாவின் மரணத்திற்குப் பின் இப்போது அளித்துள்ள இந்த நேர்காணலில் கூறுகிற இன்னொரு கருத்தும் நம் கவனத்துக்குரியது. "சபால்டர்ன் ஆய்வுகளில் சந்தித்த ஒரு பிரச்சினை என்னவெனில் சபால்டர்ன் எதிர்ப்பு என்பதே தன்னளவில் புரட்சிகரமான ஒன்று என நாம் எடுத்துக் கொண்டதுதான்" என ஒரு கேள்விக்குப் பதிலளிக்கும்போது அவர் இப்படிக் குறிப்பிடுகிறார். சபால்டர்ன் ஆய்வுகளின் தொடக்க முன்னோடிகளில் ஒருவர் நடைமுறையின் அடியாக முன்வைத்துள்ள இக் கருத்து ஆக முக்கியமானதும் ஆழமாக விவாதிக்க வேண்டியதுமான ஒன்று.

மேலும் அவர் கூறும்போது, "நமது அனுபவங்களின் ஊடாக நாம் அறிந்துகொள்வது என்னவெனில் மிகவும் பிற்போக்கான ஒடுக்குமுறைகளுக்குக் கூட இப்படி அடித்தள மக்களையும் பயன்படுத்திவிட முடியும் என்பதே நம் அனுபவமாக உள்ளது" எனவும், இந்துத்துவ பாசிச சக்திகளுடனான கடும் அனுபவங்களின் ஊடாக தாம் இதை இப்போது உணர்ந்துள்ளதாகவும், 'மதத்தின் கொடூரமான அம்சம்' இவ்வாறு செயல்படுகிறது எனவும் சபால்டர்ன் ஆய்வுகளின் முன்னோடிகளில் ஒருவரான ஹார்டிமன் கூறுவது இன்றைய சூழலில் நாம் கவனம்கொண்டு விவாதிக்க வேண்டிய ஒன்று (பார்க்க: மேற் குறித்த அவர் நேர்காணல்). இன்று மிகப் பெரிய அளவில் இந்துத்துவ சக்திகள் இப்படியான வெறுப்புக் கருத்துகளை அடித்தள மக்கள் மத்தியில் உருவாக்குவதைத் தங்களின் முக்கிய பணியாக மேற்கொண்டுள்ளதை நாமும் இங்கும் காண்கிறோம்.

தொடர்ந்து அவர்,

"ஒரு எச்சரிக்கைக் குறிப்பாக நான் சொல்வது இதுதான்: இந்திய அரசியல் குறித்த எனது பார்வையிலிருந்து நான் 1970 – 90 காலட்டத்தில் அறிந்துகொண்டது என்னவெனில் விளிம்புநிலை

மக்களின் முற்போக்கான அணுகல்கள் குறித்து நாம் அதிகமாகவே மதிப்பிட்டு விட்டோம் என்பதுதான். மேற்தட்டுப் பண்பாடு மற்றும் மதம் ஆகியவற்றுடனான ஈர்ப்பு என்பதன் பொருள் அவர்கள் பிற்போக்கு சக்திகளுடன் இணைந்து செயல்படத் தயாராகவே உள்ளனர் என்பதுதான். இதில் இருந்து நாம் கற்றுக்கொள்ளும் பாடம் என்னவெனில் ஒரு புரட்சிகரமான இயக்கம் உருவாவதற்கு பல பத்தாண்டுகளின் கடும் உழைப்பு தேவை என்பதே. பத்தொன்பது மற்றும் இருபதாம் நூற்றாண்டுகளில் இந்திய தேசிய இயக்கம் காந்தியின் தலைமையில் பெரும் திரள் மக்கள் இயக்கமாக அமைந்து இதைச் சாதித்தது" – என்பதையும் ஸ்டெல்லன் விந்தாகனின் இந்த மிக முக்கியமான நேர்காணலில் ஹார்டிமன் முத்தாய்ப்பாக முன்வைப்பது ஆழ்ந்த கவனத்துக்குரிய ஒன்று. அடித்தள மக்கள் என்றாலே அவர்கள் புரட்சிகரமாக இருப்பார்கள். மூட நம்பிக்கைகளை ஏற்கமாட்டார்கள் என்றெல்லாம் நம்புவது அபத்தம்.

சிறுபான்மை மதத்தினர் ஒப்பீட்டளவில் அதிகமாக வசிக்கும் கன்னியாகுமரி முதலான பகுதிகளில் பெண்களுக்குப் பயிற்சி வகுப்புகள் எனும் பெயரில் ஆர்.எஸ்.எஸ். மற்றும் சங்கிகளின் அமைப்புகள் சிறுபான்மை மக்கள் மீது வெறுப்பை ஏற்படுத்தும் வகையில் நடத்தும் 'வகுப்புகள்' இதற்கொரு சிறு எடுத்துக்காட்டு. இந்தியா முழுவதும், குறிப்பாக வட மாநிலங்களில் இன்று பெரிய அளவில் இப்படியான வேலைகளை இந்துத்துவ சக்திகள் பல்வேறு மட்டங்களில் ஏராளமாகச் செய்து வருகின்றன. பெரிய அளவில் அடித்தள மக்கள் இப்படி வெறுப்பு அரசியலுக்குப் பயன்படுத்தப்படுவதை நாம் எளிதில் புறம் தள்ளிவிட இயலாது.

## நான்கு

"நீண்ட காலம் காலனிய ஆட்சியில் கிடந்த இந்தியா அன்று பெரிய அளவில் விவசாயச் சமூகமாகவே அமைந்திருந்தது. இந்தியத் துணைக்கண்டம் தொடர்பாகக் கிடைக்கக் கூடிய வரலாறுகள் அனைத்திலும் சமூகத்தில் மேல்தட்டில் உள்ளவர்களே அதுகாறும் இயங்கு சக்திகளாக இருந்து வந்துள்ளனர் என்பது தெரிகிறது

என்பதை நாங்கள் முன்வைத்தோம். அடித்தள மக்கள் குறித்துப் பெரும்பாலும் ஒரு தவறான பார்வைக்கே இப்படியான கருத்து இட்டுச் செல்கிறது. இதை நாங்கள் கவனப்படுத்தியபோது இந்தியாவிலும், பிரிட்டனிலும் இருந்த கம்யூனிஸ்டுகளிடம் இருந்து கடும் எதிர்ப்புகள் வந்தன" – என்கிறார் ஹார்டிமன். அதாவது சபால்டர்ன் அமைப்பினர் விவசாயப் போராட்டமாக இந்தியப் பிரச்சினையை முன்வைப்பதை அதிகாரபூர்வமான இந்திய கம்யூனிஸ்ட் கட்சி ஏற்கவில்லை என்பதை சபால்டர்ன் அமைப்பினர் சுட்டிக் காட்டுகின்றனர்

சபால்டர்ன் ஆய்வுகளில் சந்தித்த ஒரு பிரச்சினை என்னவெனில் சபால்டர்ன் எதிர்ப்பு என்பதே தன்னளவில் புரட்சிகரமான ஒன்று என நாம் எடுத்துக் கொள்ளக் கூடாது என்பதுதான் என்கிறார் ஹார்டிமன். இதன் பொருள் என்னவெனில் சபால்டர்ன் அமைப்பின் செயல்பாடுகளில் சில எதிர்ப் புரட்சித் தன்மையுடனும்கூட இருக்க முடியும் என்பதையும் நாம் கணக்கில் கொள்ள வேண்டும் என்பதுதான். இந்தியச் சூழலில் பிற்போக்கான நடவடிக்கைகளிலும், பிற்போக்கான நோக்கங்களுடன் கூடிய செயற்பாடுகளிலும் எல்லோரையும்போல அடித்தள மக்களையும் நிறுத்திவிட முடியும் என்பதுதான். இதை நாம் சமகால இந்தியச் சூழலில் கண்கூடாகப் பார்க்கிறோம்.

"நமது அனுபவங்களின் ஊடாக நாம் அறிந்துகொள்வது என்னவெனில் மிகவும் பிற்போக்கான ஒடுக்குமுறைகளுக்குக் கூட சபால்டர்ன் மக்களைப் பயன்படுத்திவிட முடியும் என்பது நடைமுறை அனுபவமாக உள்ளது."

எனவும் இந்துத்துவ பாசிச சக்திகளுடனான கடும் அனுபவங்களின் ஊடாக நாம் இதை இப்போது உணர்ந்துள்ளதாகவும் ஹார்டிமன் பதிவு செய்வதும் முக்கியமான ஒன்று.

மொத்தத்தில் சபால்டர்ன் எதிர்ப்பு என்பதே தன்னளவில் புரட்சிகரமான ஒன்று என நாம் எடுத்துக் கொள்ளக் கூடாது என்கிறார் ஹார்டிமன். மதத்தின் கொடூரமான அம்சம் இவ்வாறு சபால்டர்ன் மக்களைக் கொண்டு இப்படியாகப் பிற்போக்கான வன்முறைகளும் மேற்கொள்ளப்பட முடியும் என்பதுதான்.

சிறுபான்மை மக்கள் பாதிக்கப்படுவது என்பதோடும் பிரச்சினை முடிவதில்லை. இன்னொருபக்கம் இதனூடாக கார்பொரேட் சக்திகளை இந்திய அரசுகள் ஊக்குவிப்பது என்பதையும் நாம் கவனிக்கத் தவறிவிடக் கூடாது. நிரந்தர வேலை, பணிப் பாதுகாப்பு, இலவசக் கல்வி என்பதெல்லாம் இந்தப் பின்னணியில் இன்று அர்த்தமற்றதாகி விட்டதையும், கார்பொரேட் கும்பல்கள் கொழுத்துத் திரிவதையும், ஜனநாயக உரிமைகள் அர்த்தமற்றுப் போயுள்ளதையும் நாம் கண்முன் கண்டுகொண்டுள்ளோம்.

## ஐந்து

சபால்டர்ன் ஆய்வுக் குழுமத்தில் தொடக்கம் முதல் இருந்து செயல்பட்டவராக இருந்தாலும் பின்னாளில் கருத்து மாறுபட்ட வேறு சில முக்கிய ஆய்வாளர்களின் சில கருத்துகளை இனி காணலாம்:

சுமித் சர்கார்: முக்கிய வரலாற்றாசிரியர்களில் ஒருவர், 'சுதேசி இயக்கம்' முதலான நூல்களின் ஆசிரியர். தொடக்கத்தில் சபால்டர்ன் குழுவில் இருந்த அவர் பின்னாளில் கருத்து மாறுபட்டார். 'சபால்டர்ன் ஆய்வுகளின் வீழ்ச்சி' (Decline of the Subaltern Stodies) என்கிற தலைப்புள்ள தன் கட்டுரை ஒன்றில் 'ஃபூகோல்டிய' (Michel Foucault) அணுகல் முறை குறித்த திருப்பம் என சபால்டர்ன் ஆய்வுப் போக்கை அவர் கிண்டலாக விமர்சித்துள்ளது குறிப்பிடத்தக்கது. இந்தியச் சூழலுக்குப் பொருத்தமாக இருந்த முதல் இரண்டு சபால்டர்ன் ஆய்வுத் தொகுப்புகள் அதன் பின் பூக்கோவின் 'power-knowledge' எனும் திருப்பத்திற்குச் சென்றுவிட்டது என்கிறார் அவர். சபால்டர்ன் ஆய்வுகளில் வெளிப்பட்ட சோஷலிசச் சாய்வு என்பது பின்னாளில் 'மேற்கத்தியச்' சாய்வுக்குத் திரும்பிவிட்டது என்றும், எல்லாம் ஒருமாதிரிக் கருத்துருவமாக (abstract) ஆக்ககப்பட்டு விட்டது என்றும் விமர்சனங்கள் இப்போது வைக்கப்படுகின்றன.

Postcolonial theory and the specter of capital முதலான நூல்களின் ஆசிரியரான காயத்ரி ஸ்பிவக் (Gayatri Spivak), விவேக் சிப்பர் முதலானோரும் இப்படியான விமர்சனங்களை முன்வைத்தனர்.

வர்க்கப் போராட்டம். சபால்டர்ன்கள் உருவாக்கம் குறித்த கருத்துகள் எல்லாம் சிக்கலாக்கிக் குழப்பப்படுவதாக நியூயார்க் பல்கலைக்கழகப் பேராசிரியர் விவேக் சிப்பர் சபால்டர்ன் அணுகல்முறையை முன்வைத்தவர்களைக் குற்றம் சாட்டினார். சபால்டர்ன்கள் ஒடுக்கப்படுவது முதலான கருத்தாக்கங்களை எல்லாம் அவர் கடுமையாக மறுத்தார், சபால்டர்ன் அணுகல் முறையையும், அதனை முன்வைத்த ரணஜித் குஹா, டீபேஷ் சக்கரவர்த்தி ஆகியோரின் கருத்துகளும் கடுமையாக அவரால் விமர்சிக்கப்பட்டன (Vivek Chibber, *Postcolonial Theory and the Spectre of Capital*, Verso, 2013).

## நிறைவாக

இத்தனையையும் இங்கு கவனத்திற்குக் கொண்டுவருவதால் சபால்டர்ன் அணுகல் முறையை முற்றிலும் எதிர்மறையாகப் பார்க்க வேண்டும் என நான் சொல்லவில்லை. விவேக் சிப்பர், காயத்ரி ஸ்பிவக் முதலானவர்களைப் போல சபால்டர்ன் இயக்கத்தை முற்றிலும் எதிர்மறையாக நான் இங்கே முன் நிறுத்தவில்லை. வரலாற்றைச் சற்றே பின்னோக்கிப் பார்க்கும்போது நாம் இவற்றையும் சிந்திக்க வேண்டியவர்களாக உள்ளோம் என்பதுதான். சபால்டர்ன் ஆய்வுகள் 12 இதழ்களுக்குப் பின் வெளிவரவில்லை என எண்ணுகிறேன். வந்தவரை அந்த இதழ்கள் மிகவும் முக்கியமானவை. ஒவ்வொன்றும் அதுவரை யாரும் கண்டு கொள்ளாத சில அம்சங்களை நுணுக்கமாகப் பரிசீலித்து அவற்றின் முக்கியத்துவத்தின்பால் கவனம் ஈர்த்தன. இதன் பின்னரே அதே பெயர் மற்றும் திட்டங்களுடன் இல்லாவிட்டாலும், இந்தத் திசையில் வலுவான அமைப்புகள் இல்லாதபோதும் ஆங்காங்கு அடித்தள மக்களின் செயல்பாடுகள் குறித்து எழுதும் ஆர்வம் உருவானதை இங்கு குறிப்பிடுவது அவசியம். அந்த வகையில் சபால்டர்ன் அமைப்பின் பங்களிப்புகள் முக்கியமானவை என்பதில் ஐயமில்லை.

மொத்தத்தில் சபால்டன்களின் புரட்சிகரத் தன்மையை வியந்து முன்வைக்கும் அதே நேரத்தில் சபால்டர்ன்கள் என்றாலே

புரட்சிகரத் தன்மைதான் என்கிற ரீதியில் நாம் அதைப் பார்க்க வேண்டியதில்லை. அடித்தள மக்களுக்கு முக்கியத்துவம் அளிக்க வேண்டிய நிலையில் இன்னொரு பக்கம் அடித்தள மக்கள் பெரிய அளவில் மதவாத சக்திகளின் ஊடாக கார்பொரேட் ஆளுகைக்கு வலுசேர்க்கும் நிலையையும் நாம் கவனத்தில் கொள்ள வேண்டும். இடதுசாரிகள் இன்று பெரிய அளவில் பலம் இழந்துள்ள நிலையில் இன்று மதவாதம், மூட நம்பிக்கைகள், குடிமக்களில் ஒருசாரார் அரசதிகாரத் துணையுடன் பல்வேறு வகைகளில் இலக்காகப்படுதல் முதலானவற்றை நாம் கவனத்தில் நிறுத்திக்கொள்வது அவசியம். என்ன செய்ய வேண்டும் என்பது குறித்து இக் கட்டுரை எதையும் தெளிவாகச் சொல்லவில்லை என்பதை நான் உணர்கிறேன். இக்கட்டுரையின் நோக்கம் சபால்டர்ன் ஆய்வுகளின், முக்கியத்துவம், பங்களிப்பு, வீழ்ச்சி ஆகியவற்றைத் தொகுப்பதுதான். இன்று உருவாகியுள்ள ஆபத்தான சூழலை எதிர்கொள்வது குறித்த இந்தப் பின்னணியிலான புதிய சிந்தனைகள் நமக்குத் தேவை. நம் கண்முன் உருவாகிக் கலைந்த சபால்டர்ன் ஆய்வுகள் பல்வேறு வகைகளில் நம் சிந்தனைகளையும் செயல்பாடுகளையும் வளப்படுத்தும் என ஏற்கும் அதே நேரத்தில் அதை மார்க்சியத்திற்கான ஒரு மாற்றுப் பார்வை என்கிற ரீதியில் எல்லாம் அணுகுவதில் பொருள் இல்லை.

07, Jul, 2023